మారుతి పౌరోహితం

ప్రణయ హంపీ

(చారిత్రక కాల్పనిక నవల)

D9900345

ఛాయ

హైదరాబాద్

Pranaya Hampi
Novel

Author: Maruthi Powrohitham,
Door.No:78/8-A-12-2-46, Mayuri Residency, Vittal Nagar,
KURNOOL – 518 002, Cell: 9440205303

©Author

First Edition:
June - 2024

Copies: 500

Published By:
Chaaya Resources Centre
103, Haritha Apartments,
A-3, Madhuranagar,
HYDERABAD-500038
Ph: (040)-23742711
Mobile: +91-70931 65151
email: editorchaaya@gmail.com

Publication No: CRC - 130
ISBN No: 978- 81-944318-9-3
Cover: Anantu Chintalapalli
Book Design: Unpunlish Media, Hyderabad - 7989546568

For Copies:
All leading Book Shops,
Author,
bit.ly/chaayabooks,
chaayabooks.com

అంకితం

అమ్మమ్మ
బలకుంది కన్నడ సుబ్బమ్మ గారికి

నాయనమ్మ
పౌరోహితం రుక్మిణమ్మ గారికి

విలువైన ముందుమాట రాసి ఇచ్చిన ప్రముఖ రచయిత్రి వాడ్రేవు వీరలక్ష్మీదేవి గారికి, ముఖచిత్రం చేసి ఇచ్చిన కవి, వాగ్గేయకారుడు, కథారచయిత, సినీగేయ రచయిత, విమర్శకులు, సంగీత దర్శకులు, రంగభూమి దర్శకులు చింతలపల్లి అనంత్ గారికి, ఆత్మీయులు పి. చంద్రశేఖర శర్మ గారికి, ప్రఖ్యాత కన్నడ రచయిత, కవి, విమర్శకులు కుం.వీ. గారికి, కవి, కథారచయిత, విమర్శకులు జి. వెంకటకృష్ణ గారికి, కవి, కథారచయిత టి. శ్రీనివాసమూర్తి గారికి, కథారచయిత జి. ఉమామహేశ్వర్ గారికి, కథారచయిత ఇనాయతుల్లా గారికి, సినీదర్శకులు, జర్నలిస్ట్ దాము బాలాజీ గారికి, నిఖార్సైన రాయలసీమ వాది భూమన్ గారికి, ప్రముఖ జర్నలిస్ట్ తాడి ప్రకాష్ గారికి, విరసం పాణి గారికి, విరసం డా.నాగేశ్వర ఆచారి గారికి, ఛాయ మోహన్‌బాబు గారికి, ఛాయ సంపాదకులు అరుణాంక్ లత గారికి, కవి తెలుగు వెంకటేష్ గారికి, మంచి చదువరి చంద్రు శిరీష (తణుకు) గారికి హృదయపూర్వక ధన్యవాదాలు.

రచయిత పరిచయం:

మారుతి పౌరోహితం కర్నూలు జిల్లా, ఎమ్మిగనూరు మండలంలోని గువ్వలదొడ్డి అనే గ్రామంలో మే 25, 1970 న పౌరోహితం హనుమంతయ్య శర్మ, అనసూయమ్మ దంపతులకు జన్మించారు. తండ్రి పౌరోహిత్యం చేస్తూ వ్యవసాయం చేసేవారు. తల్లి కూడా తమ పొలంలో వ్యవసాయపు పనులు చేసేది. పొలిటికల్ సైన్స్, ఎకనామిక్స్‌లలో పోస్ట్ గ్రాడ్యుయేషన్, ఎం.ఇడి చేశారు. ప్రస్తుతం జిల్లాపరిషత్ ఉన్నత పాఠశాల ప్రధాన ఉపాధ్యాయునిగా పనిచేస్తున్నారు. సహచరి దండు రోజా సాంఘికశాస్త్ర ఉపాధ్యాయిని. పిల్లలు రోహన్, బృంద.

"పునరపి" కథతో 2016 లో కథా రచయితగా సాహిత్య జీవితం ప్రారంభించారు. ఇప్పటివరకు పద్నాలుగు కథలు వ్రాశారు. "ఊరిమర్లు" కథకు 2022లో తెలుగుతల్లి కెనడా వారి శ్రీ గుర్రాల లక్ష్మీ ప్రసాద్ స్మారక అవార్డు లభించింది. "కుశలంబే గదా ఆంజనేయ" కథకు 2022లో ఖమ్మం ఈస్తటిక్స్ అవార్డు వచ్చింది. యితడు 2022లో "ఊరిమర్లు" అనే తన మొదటి కథా సంపుటిని ప్రకటించారు. 2023లో "తాతారావు అలియాస్ రజనీకాంత్" అనే కథకు తెలుగుతల్లి, కెనడా వారి బహుమతి వచ్చింది. "ఊరిమర్లు" కథా సంపుటికి 2023లో ఖమ్మం వారి హాసినీ రామచంద్ర లిటరరీ ఫౌండేషన్ బహుమతి, 2024లో సడ్లపల్లె ఉత్తమ కథా పురస్కారం లభించింది. కథలు ఎక్కువగా కర్నూలు జిల్లా పశ్చిమ ప్రాంతపు మాండలికంలో వ్రాస్తుంటారు. రాయలసీమ అస్తిత్వ ఉద్యమంలో ప్రత్యక్షంగా, పరోక్షంగా పాల్గొంటూ ఉంటారు. తెలుగు వారి సాంస్కృతిక రాజధాని హంపీ అనునది ఆయన నమ్మిక. "ప్రణయ హంపీ" ఇతడి మొదటి నవల.

చరిత్ర చెప్పని కథ

మారుతీ పౌరోహితం అన్నపేరు ప్రత్యేకమైన పేరు. ఒకసారి వింటే మర్చిపోం. అలా నేను గత ఏడాదికాలంగా ఈ పేరును ఫేస్‌బుక్‌లో చూస్తూ వచ్చాను. కర్నూలు నేపథ్యంగా రాయలసీమ ప్రాంతపు సాహిత్య సభలకు, సమావేశాలకు కార్యనిర్వాహకుడిగా చూడడమే కాకుండా ఈ మధ్య కాలంలో ఆయన రాసిన 'ఊరిమర్లు' అనే కథా సంపుటి గురించి కూడా ఇక్కడే చూశాను. దాని మీద ఒకటి రెండు సమీక్షలు కూడా చదివాను. ఇవన్నీ చూడగా ఈయన ఎంతో ఉత్సాహవంతులని, మనుషుల పట్ల, సాహిత్యంపట్ల కూడా సమానమైన ప్రేమ కలిగిన మనిషి ఏమోనని అనిపించింది.

సరిగ్గా ఇదే మాట 'ఊరిమర్లు' పుస్తకానికి ముందుమాట రాసిన ప్రఖ్యాత కన్నడ సాహితీవేత్త కుం. వీ. గారు కూడా అనడం ఆశ్చర్యం కలిగించింది. 'ఊరిమర్లు' కథల పుస్తకం మారుతి పౌరోహితంని అడిగి తెప్పించుకుని చదివాను. పదకొండు కథలు ఆయనకు ఆయన ఊరి మీద ఉన్న ప్రేమనే కాక తమ ప్రాంతీయ భాష మీద ఉన్న అపారమైన ఇష్టాన్ని కూడా తెలియచెప్పేయి. అంతేకాదు ఆ మాండలికం మీద ఉన్న గట్టి పట్టును కూడా. నాకు సాహిత్యం పట్ల కొన్ని అభిప్రాయాలు ఉన్నాయి. ముఖ్యంగా

కథల విషయంలో. మనకు తెలిసిన, బాగా అనుభవంలో ఉన్న విషయాల గురించి మాత్రమే కథలు రాయాలి అని నా అభిప్రాయం. ఎక్కడో విన్నవి, ఎవరో చెప్పినవి, మీడియా ద్వారా తెలుసుకున్నవి ఇతివృత్తాలుగా తీసుకొని చెప్పిన కథలు కృతకంగా ఉంటాయి. చాలా కొద్ది మంది దీనికి మినహాయింపు ఉండవచ్చేమో కానీ, వారు అంతకుముందే గొప్ప కథకులుగా ఉండిఉంటారు.

ఈ విధంగా కూడా 'ఊరిమర్లు' పుస్తకం రచయిత తాలూకు నిజాయితీని, నిబద్ధతను తెలియజేసింది. ఇప్పుడు ఇదంతా ఎందుకు అంటే ఆయన రాసిన 'ప్రణయహంపీ' అనే నవల గురించి నేను కొన్ని మాటలు చెప్పవలసి ఉంది. ఆ నవల చదివి ఏదైనా రాయమని సోదరుడు జి. వెంకటకృష్ణ మా కాకినాడ నుంచి నాకు ఫోన్ చేసి చెప్పినప్పుడు తప్పకుండా రాస్తానన్నాను. నాకు నవల అంటే ఇష్టం ఒక కారణం. ఈ మారుతి పౌరోహితం గురించి ఈ విధంగా విని ఉండటం మరో కారణం. 'ప్రణయ హంపి' నవల మరీ పెద్దది కాదు. చిన్న నవల. ఒకటికి రెండుసార్లు చదివాను. నిజానికి ఈ నవల తొందరగా చదివిస్తుంది. అది ఈ నవల తాలూకు మొదటి సుగుణం. అయినా దీని గురించి నాలుగు విశేషమైన మాటలు చెప్పాలంటే మళ్ళీ మరోసారి చదవాలని రెండో సారి చదివేను.

ఏడుతరాల విజయనగర సామ్రాజ్యంలో నాలుగవ వంశం ఆరవీటి వంశం. ఆ వంశపు రాజు అళియరామరాయలు చిట్టచివరి రోజుల కథాంశం. అంటే ఒకరకంగా విజయనగర సామ్రాజ్యం తాలూకు నవాబుల ముట్టడి, రామరాయల వీరోచిత పోరాటం, ఓటమి తర్వాత హంపి విజయనగరాల వైభవాన్ని, శిల్పాలని, కట్టడాలని, దేవాలయాలని ధ్వంసం చేసిన కథ. ఈ కథను చరిత్ర చెప్తోంది. రాయల మేనల్లుడైన నరసింహారాయలను పక్కనపెట్టి కృష్ణదేవరాయలు అల్లుడైన అళియ రామరాయలు సమర్ధవంతంగా రాజ్య పరిపాలన చేయటం, విజయనగర సామ్రాజ్యాన్ని సుభిక్షంగా ఉంచటం ఇదంతా మనం చరిత్రలో చదువుకోవచ్చు. అయితే మారుతి ఈ కథంతటిని తిరిగి సంక్షిప్తంగా అయినా సరే స్పష్టంగా చెప్పుకుంటూ వచ్చారు. ఐతే ఈ విధంగా విజయనగర సామ్రాజ్య వైభవ, పతనాల కథను తిరిగి ఈ నవలగా నిర్మించవలసిన అవసరం ఏమిటి?

నిజానికి చరిత్రని ఇలా మళ్లీ కథగా చెప్పవలసిన అవసరం లేదు. ఎందుకంటే ఇప్పటికే తళ్లికోట యుద్ధం తాలూకు పరిణామాల మీద కథలు గాని, నవలలు గాని రాకపోలేదు. కేవలం అదే విషయం మీద మళ్ళీ నవల

రాయాల్సిన అవసరం లేదు. కానీ ఆ హంపి విజయనగర చరిత్ర మీద ప్రేమతో కూడా రాయవచ్చు. కానీ మారుతి అందుకోసం మాత్రమే ఈ నవల రాయలేదని నవల అంతా చదివాక స్పష్టంగా తెలుస్తోంది. విజయనగర సామ్రాజ్య వైభవంగాని పతనంగానీ అందరికీ తెలిసిన విషయమే. యుద్ధాల ముందుగానీ, తర్వాత గాని వాటి రథచక్రాల కింద నలిగిపోయిన ప్రజా సమూహాలు, నెత్తురోడిన నగరాలు, గ్రామాలు, శిథిలమైన వైభవం వీటిని గురించి అందరూ చెప్పారు, చెప్తూనే ఉంటారు.

మనం కూడా హంపి విజయనగర సందర్శకులుగా వెళ్లి చూసినప్పుడు గుండె బద్దలవుతుంది. మనం పుస్తకాల్లో చదువుకున్న రాయల పాలన గాని, భువన విజయం కానీ, కవుల కవిత్వాలు గానీ, వాటి ఆనవాళ్లు కూడా అక్కడ కనిపించవు. ఆ వైభవం తాలూకు శైధిల్యమే అడుగడుగునా కోత పెడుతుంది. ఇటువంటి సందర్భంలో మారుతి వంటి రచయిత దీని నుంచి మనకు ఒక సేదతీర్చే అనుభవాన్ని గాని, ధైర్యాన్నిచ్చే అంశాన్ని గాని చెప్పడం ఉద్దేశంగా పెట్టుకుని ఈ నవల నిర్మించినట్టుగా నాకు అర్థమైంది.

ఇందులో రక్కసి, తంగడి అనే గ్రామాల మధ్య జరిగిన తళ్లికోట యుద్ధం నేపథ్యంగా అతి సున్నితమైన, ఉద్వేగ భరితమైన ప్రేమకథ నవల అంతటా పరుచుకుని వచ్చింది. అంటే ఇలాంటి సంక్షోభాల వెనుక నిజమైన ప్రేమలు, సమాజహితం కోరే వ్యక్తుల ఆశయాలు సఫలం అయి ఉంటాయని అవి ఇంతంత సంక్షోభాల మధ్యలో మనకు తెలియకుండా పోతాయని చెప్పడం కోసం ఈ నవల అనిపించింది. ఇది నిజానికి చరిత్రను తవ్వితీయటంలో ఒక కొత్త కోణం కూడా నేమో. అటువంటి దృష్టితో ఈ విజయనగర సామ్రాజ్య పతనం వెనుక సమాజ హితం కోరే ఇద్దరు ప్రేమికుల కథ విజయవంతం కావటాన్ని చెప్పడం కోసమే ఈ నవల రాయడం కారణమని నాకు అనిపించింది. నిజానికి ఇది 'ప్రణయ హంపి' అయినా కూడా 'విజయ హంపి' కూడా. సర్వ విధాలా ఓడిపోయిన హంపి ఇటువంటి వ్యక్తులవల్ల తిరిగి పునరుద్ధానం చెందగలదు అనే ఆశతో ఈ నవల రాసినట్లుగా అనిపించింది.

2

ఇందులో ఆనెగొందికి చెందిన సాహసవంతుడైన వీరుడు

సంబజ్జగౌడ ప్రేమికుడు. కూచిపూడి సాంప్రదాయానికి చెందిన నర్తకి ముద్దుకుప్పాయి అనే ఆమె అతని ప్రేయసి. వారు ఇరువురు విజయనగరలో జరిగిన ఒక ఉత్సవంలో ఒకరినొకరు చూసుకుంటారు. సంబజ్జగౌడ సాహసాన్ని చూసి ముద్దుకుప్పాయి అతని మీద మొదటి చూపులోనే మరులు కొంటుంది. ముద్దుకుప్పాయి ఆ ఉత్సవంలో ప్రదర్శించిన నాట్యం చూసి ఆ సందర్భంలో ఆమె కళ్ళతో ఎవరినో వెతకడం గమనించిన సంబజ్జగౌడ అతను తనే అని తెలిసి సంభ్రమానికి లోనవుతాడు. ఇదే వారి మొదటి సమాగమం. ఇక్కడ రచయిత సంబజ్జగౌడ గురించి కానీ ముద్దుకుప్పాయి గురించిగానీ తక్కువ మాటల్లో చెప్తారు. వారి సాహసం, కళాత్మకతలే కాకుండా ప్రజా సంక్షేమం కోసం పనిచేసే వారి వ్యక్తిత్వాలను కూడా మనకు పరిచయం చేస్తారు. ఇది ఒక ప్రణయ కథను చెప్పేటప్పుడు దాన్ని చివరిదాకా కూడా విజయవంతంగా నడపటానికి వేసుకున్న ప్రణాళికలో మొదటి భాగం. ఎందుకంటే ఎంతటి విపత్కర పరిస్థితుల్లో కూడా చివరికి ఈ కథను సఫలం చేయాలంటే, ఆ విధంగా ఈ కథ సఫలం అయింది అని పాఠకులను ఒప్పించాలంటే ముందు నుంచి ఇటువంటి ఒక ప్రణాళిక అవసరం. అక్కడి నుంచి వారి ప్రణయం చివరిదాకా ఎన్ని సందర్భాలలో ముందుకు వెళుతూ వచ్చిందో, అన్ని సందర్భాలనూ ఒక ఉన్నతమైన స్థాయి నుంచి పాఠకుని చేత అవలోకనం చేయిస్తారు.

మొదట్లోనే ఉత్సవాల్లో సంబజ్జగౌడ అందరి ముందుకు వచ్చే ఒక సందర్భం కల్పిస్తారు మారుతి. ఆ సందర్భం ఇది. ఏనుగులా ఉన్న ఒక అడవి దున్నను ఆ ఉత్సవంలో అందరి మధ్య ఒకే ఒక్క వేటుతో నరకగల వీరుడికి కోసం రాజు ప్రకటిస్తాడు. అప్పుడు ఆ ప్రదేశం అంతా నిశ్శబ్దంగా మారిపోతుంది. ఎవరు వస్తారా అని అందరూ ఎదురుచూస్తుండగా ఈ సంబజ్జగౌడ దాన్ని నరకడానికి ముందుకు వస్తాడు. అక్కడ రచయిత ఈ మాటలు రాస్తాడు చూడండి .

"అంత ఆవీరుడు నెమ్మదించిన మనసుతో ముందుగా కులదేవరను, తమ ఆనెగొంది గ్రామ దేవతనూ స్మరించెను. ఎదుట నిలిచిన అడవి దున్నకు వినయముగా మొక్కెను. మూపురము కిందనున్న మెడ మందమును అంచనాగట్టి యెంత ఊపుతోకత్తి కిందకు దిగవలెనో చూపులతోనే లెక్కగట్టెను. అందరూ జయజయ ధ్వనములు చెప్పుచుండగా రెప్పపాటున ఒక్కకత్తి ఊపున దానితలను నరికివేసెను".

ఈ మాటలు చదవగానే నాకు ఒకసారి మహాభారతంలో సభాపర్వంలో అర్జునుడు మత్స్య యంత్రాన్ని కొట్టినటువంటి సందర్భం గుర్తొచ్చింది. అక్కడ అర్జునుడు ముందుగా గురువులకు నమస్కరించాడు. పిమ్మట తాను వెయ్యడానికి సిద్ధంగా అక్కడ ఉంచిన ధనుర్బాణాలకు నమస్కరించి యంత్రానికి నమస్కరించి కార్యక్రమానికి ఉద్యమించాడు. ఈ ధనుర్బాణాలకు నమస్కరించే పని అంతకుముందు వచ్చిన కౌరవాదులు ఎవరూ చేయలేదు. అలాగే ఇక్కడ సంబజ్జగౌడ కూడా సభాసదులకే కాకుండా అడవిదున్నకు కూడా నమస్కరించటం అన్నది ఎంతో విలువైన ఆలోచన. ఒక ప్రాణిని తన సాహస ప్రదర్శనకు బలి చేస్తున్నప్పుడు మన్నించమని కోరుతూ మొదటగా దానికి నమస్కరించిన సంపజ్జగౌడ ఎటువంటివాడో రచయిత ఈ ఒక్క వాక్యంలో చూపించారు. అంతేకాక ఆ చర్యకు నెమ్మదించిన మనముతో వచ్చి కులదేవత నమస్కరించాడట. మనసు నెమ్మదించే సందర్భమా అది! కానీ ఇలాచెప్తూ ప్రతి సందర్భంలోనూ అతని వ్యక్తిత్వం మనకు అర్థంఅయ్యేలా చేస్తూ వచ్చారు. అతను తన సాహసాన్ని, తన పరాక్రమాన్ని ఇతరులను రక్షించడానికి ఎలా ఉపయోగించాడు అన్నది అతని నోటివెంట ఎక్కడా చెప్పించడు. ఆ మాటలు అతనిని ప్రేమించిన కారణంగా తెలుసుకొని మనకు చెప్పడం కోసం అన్నట్టుగా అతనితో అంటుంది ముద్దుకుప్పాయి.

అలాగే ముద్దుకుప్పాయి వంశ మర్యాదలు గాని, కూచిపూడి భాగవతుల పుట్టుపూర్వోత్తరాలు కానీ, వాళ్ల ప్రజా సంక్షేమదృష్టి కానీ దాన్ని వాళ్ళు కళారూపంలోకి మలుచుకున్న విధానంగాని ఇదంతా కూడా ముద్దుకుప్పాయి నోటివెంట మనం వింటాం. కేవలం తన ప్రేమికుడుకి సమాచారం చెప్తోన్నట్టు చెప్తుంది తప్ప ఎక్కడా ఆధిక్యతా భావం ఉండదు. ఇలా వాళ్ళిద్దరూ మాట్లాడుకోవటంలో వాళ్లది కేవలం ఆకర్షణ కాదని, దాని వెనుక వంశానుగతమైన సంస్కారం ఉందని రచయిత చెప్పకనే చెప్పారు. అతని తండ్రి కనకదాసర అనుయాయి. ఆ విధంగా ఆయన సాహిత్యాన్ని చదివి దాన్ని తనలోపల జీర్ణం చేసుకున్న సంబజ్జగౌడ కూడా మనకు కనిపిస్తాడు.

ఈ సందర్భంలో కనకదాసర చెప్పిన బియ్యం రాగులు కథచెప్పి అప్పటికేఉన్న వర్గ స్పృహను మన ఆలోచనలకు అందిస్తాడు. ఇటువంటి సంబజ్జగౌడకు అళియరామరాయల ఆస్థానంలో అతని అంగరక్షకుడిగా

ఉద్యోగం లభిస్తుంది. ఇక్కడి నుంచి రచయిత అళియరామరాయల పరిపాలన విధానం కానీ, వ్యక్తిగతమైన సంస్కారం కానీ, బలహీనతలు కానీ సంబజ్జగౌడ వైపునుంచి చెప్పిస్తారు. అంతేగాక విజయనగర కోటలోపలి వ్యవహారాలు అంతఃపుర అన్యాయాలు అన్నీ కూడా సంబజ్జగౌడ దృష్టికోణం నుంచి చెప్పటం ఈ నవలా రచనలో ప్రత్యేక పోకడ. అంటే అంగరక్షకుడుగా వెళ్ళిన సంబజ్జగౌడ వెంట తిరుగుతూ పాఠకుడు కూడా అదంతా చూస్తాడన్నమాట. సాదారణ పౌరుడి దృష్టి కోణం అది.

ఇక ముద్దుకుప్పాయి సంబజ్జగౌడ తనభర్త కావడం కోసం ఆనెగొందిలోని శ్రీరంగనాథుని దేవాలయంలో సిరిమానుసేవ చేస్తానని మొక్కుకుంటుంది. ఇది ఎంత కష్టమైనదో ఎంత శరీర హింసను భరించవలసిన మొక్కో ఈ సందర్భంగా రచయిత వివరిస్తారు. బహుశా ఆ రోజుల్లో ఇటువంటి మొక్కును భగవంతుడి కోసం ప్రియుడు పేరు మీద స్త్రీలు చెల్లించేవారు అన్నమాట. ఇక యుద్ధం తప్పలేదు. పంచపాదుషాలు ఒక్కుమ్మడిగా విజయనగర మీదికి దండెత్తి వచ్చారు. విజయనగర సర్వవిధాలా యుద్ధానికి సన్నద్ధమైంది. ఆ యుద్ధాన్ని గురించి క్లుప్తంగా చెప్పినా సరే చాలా వివరాలతో చెప్పుకుంటూ వచ్చి దాని విస్తరణను ఒక మాటలో ఇలా రాస్తారు.

"విజయనగర సైనికుల శిబిరం తుంగభద్ర నుంచి కృష్ణ వరకు ఎనభై మైళ్ళ పర్యంతం విస్తరించి ఉంది".

ఈ ఒక్క మాట వల్ల మనకు యుద్ధానికి విజయనగర సామ్రాజ్యం ఏ విధంగా సన్నద్ధమైందో తెలుస్తుంది.

ఇక్కడ చేసిన అనేక వర్ణనలు చరిత్ర ఆధారంతో చేసినవే అయినా ఒక ప్రత్యేక అంశం మాత్రం నన్ను అక్కడే నిలబెట్టేసింది. విజయనగరలో సంబజ్జగౌడకు వలంది అనే ఒక అమ్మాయి పరిచయం అవుతుంది. ఆమె రాజ వేశ్య. ఆ కాలంలో పేద కుటుంబాల స్త్రీలు వేశ్యలుగా మారటం గురించి వారి జీవితాల గురించి ఆమె సంబజ్జగౌడకు చెప్తుంది. నన్ను నిలబెట్టిన విశేషం ఇది కాదు. యుద్ధం ఆసన్నమైనప్పుడు యుద్ధ సైనికుల కోసం వేలమంది వేశ్యలను కూడా యుద్ధానికి తరలిస్తారని, అక్కడ లక్షలమంది యుద్ధ సైనికులను రాత్రిపూట వినోదపరచడం కోసం తీసుకువెళ్లిన ఈ వేశ్యలు మాత్రం వేల సంఖ్యలో మాత్రమే ఉంటారని చెప్తుంది. ఆ విధంగా

ఉండటంవల్ల అక్కడ ఆ అల్పసంఖ్యాకులైన వేశ్యలు నరకం చూస్తారని, చివరికి ఎందరో మరణిస్తారని కూడా ఆమె చెబుతుంది. ఇది యుద్ధం గురించి నాకు ఒక కొత్త కోణం అనిపించి ఈ అంశం నన్ను నిశ్చేష్టురాలిని చేసింది. ఈ అమానుషత్వం గురించి నేను ఇదే వినడం.

కన్నడ రచయిత ఎస్.ఎల్. భైరప్ప వారి 'పర్వ' నవలలో ఇలాగే యుద్ధం తాలూకు ఒక కోణాన్ని గురించి రాస్తారు. ఇంతమంది సైనికుల మల, మూత్ర విసర్జనకు చోటు గాని, నీళ్లు గాని ఎలా లభిస్తాయి? అని, రోజులు గడిచే కొద్దీ నీటిఎద్దడి వల్ల ఎంత భయంకరమైన పరిస్థితి ఏర్పడుతూ వచ్చిందో ఆ నవల్లో రాస్తారు. నాకు ఈ నవలలో ఈ వలంది చెప్పిన మాటలు విన్నప్పుడు 'పర్వ' నవల లోని ఆ కోణం గుర్తొచ్చింది. యుద్ధం గురించి సంబజ్జ గౌడ ఆలోచనలోంచి రచయిత ఇలా చెప్తారు.

"యుద్ధం ప్రారంభమై దాదాపు ఐదు మాసములు కావస్తున్నది. సంబజ్జగౌడ నిరాశా నిస్పృహలతో ఉన్నాడు. ఈరోజే కాదు, యుద్ధం ప్రారంభమైన వారం రోజుల నుంచి అతను అశాంతిగానే ఉన్నాడు. ముద్దుకుప్పాయి, తనూ ఇద్దరుకూడా యుద్ధం రాజ్యరక్షణ కోసం అనీ, ఒక సైనికుడిగా అది ప్రథమ కర్తవ్యం అని భావించారు. యుద్ధం ప్రారంభానికి ముందు యుద్ధం గురించి వారిద్దరికి ఉన్న అభిప్రాయాలు సరికావని సంబజ్జగౌడకు ప్రత్యక్షంగా చూసేసరికి అర్థమైంది.

"యుద్ధం హింసకు మూలమని అవగతం అవుతోంది. సైన్యం చట్టబద్ధమైనది కాబట్టి యుద్ధం ఆమోదయోగ్యమైనది అనుకున్నాడు. కానీ అది భయంకరమైందని, అగ్ని లాంటిదని గ్రహిస్తున్నాడు. దాని ఇంధనం జీవరాశులనీ, ఏ సైనికుడు కూడా యుద్ధంలో తను గాయపడాలనీ, చనిపోవాలనీ కోరుకోడని తమ ప్రియమైన భార్యతోసహా అందరూ తమకు అలాంటి హాని జరగకూడదనే కోరుకుంటారని అతడు గ్రహిస్తున్నాడు. అన్యాయాన్ని ఎదిరించి న్యాయాన్ని గెలిపించడానికి యుద్ధం చేయడంలో తప్పులేదు. కానీ ప్రస్తుతం జరుగుతున్న యుద్ధం న్యాయ అన్యాయాలకు సంబంధించనిదిగా అతనికి తోస్తోంది. ఇది ప్రపంచవ్యాప్తంగా యుద్ధం గురించి ఆలోచనాపరులైన మానవతావాదులు ఎవరైనా సరే చెప్పే మాట". జరుగుతున్న యుద్ధం చూస్తూ ఒక సాహస వీరుడు కూడా ఇలా ఆలోచిస్తాడు సుమా అని రచయిత చెప్పటం అతని మానవతా దృష్టిని సూచిస్తుంది.

యుద్ధానికి వెళ్లే ముందు తన ప్రేమికుడు సంబజ్జగౌడతో ముద్దుకుప్పాయి ఇలా అంటుంది. "నా మనసు నీ విషయమై ఆందోళనగా ఉన్నది నిజమే. కానీ వీరులకు యుద్ధం ఒక కర్తవ్యం. నేను ఈ మాట చెప్పటానికి ఎంతో మానసిక సంఘర్షణ పడ్డాను. మన ఇద్దరి అంతరంగం ఒకటే. అదే సమాజ శ్రేయస్సు. ఒక పాలకుడి అంగరక్షకుడిగా యుద్ధం నీ ధర్మం. యుద్ధాన్ని అంతఃకరణ శుద్ధితో చేయాలి. యుద్ధం గెలవాలి అంటే ముందు మనసును గెలవాలి. మనసు పై విజయం నీ విజయానికి మొదటి మెట్టు". ఇలా యుద్ధానికి ముందు వాళ్ళిద్దరూ దాన్ని గొప్ప కార్యంగా భావించారు. కానీ తీరా ఆ యుద్ధాన్ని చూస్తుంటే, దాని బీభత్సాన్ని చూస్తుంటే మాత్రం సంబజ్జగౌడకు అవన్నీ నిజం అనిపించలేదు. చివరకు హంపిలో జరిగిన ఐదు నెలల విధ్వంసం తర్వాత పాడుపడిన హంపి నగరాన్ని చూసి రచయిత ఇలా అంటారు "ధనవంతుల యుద్ధంలో చనిపోయేది సర్వస్వం కోల్పోయేది పేదలే. మనం ఈ భూమిపై యుద్ధాన్ని రద్దు చేయకపోతే కచ్చితంగా ఒకరోజు భూమి నుండి అది మనల్ని రద్దు చేస్తుంది. యుద్ధం అంటే మరణ భయంతో చేసుకునే ఆత్మహత్య. యుద్ధభూమిలో మరణిస్తున్న సైనికుడి కళ్ళలోకి చూసిన ఎవరైనా యుద్ధాన్ని ప్రారంభించే ముందు తీవ్రంగా ఆలోచిస్తారు." ఇవి రచయిత మాటలు.

యుద్ధంలో సంబజ్జగౌడ ఏమయ్యాడు? వలంది ఏమైంది? ముద్దుకుప్పాయి చివరికి ఎలా మిగిలింది? ఇవన్నీ చెప్పడం నా ఉద్దేశం కాదు. అదంతా నవల చదువుకుంటే తెలుస్తుంది. నవల అవన్నీ తెలుసుకునే లాగా ఆపకుండా చదివిస్తుంది. కానీ నేను చెప్పే మాట ఏంటంటే చరిత్రకెక్కని ప్రణయాలు కానీ, ప్రేమలు కానీ ఏవైనా సరే విఫలమయ్యాయా, సఫలమయ్యాయా? వాటి గురించి ఎవరైనా మాట్లాడుకున్నారా? అవి ఎవరి దృష్టికైనా వచ్చాయా? అన్న ప్రశ్నలకి ఈ నవల ఒక సమాధానం. ఈ నవల్లో మొదట్లో సంబజ్జగౌడ ముద్దుకుప్పాయిని కౌగిలించుకుని ఏమో చెప్పబోతే ఇక వదలండి నాకు బిడియంగా ఉంది అంటుంది. అప్పుడు అతను "నీలాంటి అమ్మాయిలు సరసాల కోసం సృష్టించబడరు. ప్రేమ కోసం సృష్టించబడతారు" అంటాడు. ఇది ఈ నవలకు పట్టుకొమ్మలాంటి వాక్యం. వారి మధ్య మొదటి నుంచి ఏర్పడినది ఆకర్షణ కాదు, వ్యామోహం కాదు, కేవలం ప్రేమ. వారి ప్రేమలో వారిద్దరే కాకుండా వారిద్దరి మధ్య సమాజమంతా ఉంది. సమాజం తాలూకు రక్షణ వారిద్దరి మనసులో

కర్తవ్యంగా ఉంది. ఇటువంటి వారి ప్రేమ చివరికి ఏమవుతుంది?

యుద్ధంలో సంబజ్జగౌడ అళియరామరాయలను రక్షించబోయి ఒకపెద్ద ఏనుగు కిందపడి నలిగిపోతాడు. అందరూ చనిపోయాడని అనుకుంటారు. చనిపోయాడా? లేదా? ముద్దుకుప్పాయి ఏమైంది?

ఒకవేళ వాళ్ళిద్దరూ కలవలేకపోయినా, సంబజ్జగౌడ చనిపోయినా వాళ్ళ ప్రేమని విఫలప్రేమ అంటామా? విఫలమన్న మాటకి ఇక్కడ అర్థమే లేదు. వారు ఒకరినొకరం కలుస్తాం అనే ఒక గాఢమైన నమ్మికతో విడిపోయారు. అటువంటి నమ్మికతోనే ఆమె అతన్ని యుద్ధానికి పంపింది. అందువల్ల అటువంటి నమ్మకం ఉండటమే ప్రేమతాలూకు విజయం కాబట్టి ఇక్కడ నేను నవలతాలూకు కథను చెప్పడం పనిగా పెట్టుకోలేదు. వారి ప్రేమ తాలూకు విజయం ఎక్కడుందో చెప్పటమే నా ఉద్దేశం.

దేవదాసు గురించి శరత్ అంత కథా ఎందుకు రాశాడు? దేవదాసు లాంటి ప్రేమికుడు ఎక్కడా ఉండడని చెప్పడం కోసమే. అతన్ని అందరూ తాగుబోతు అంటారు కానీ దేవదాస్ తాగుబోతు కాదు. తాగుడు కూడా అతని ప్రేమను మరిపించలేకపోయింది. పార్వతిని మరిపించలేక పోయింది. అటువంటివాడు తాగుబోతు ఎలా అవుతాడు? దేవదాసు ప్రేమ సఫలమైన ప్రేమ అని శరత్ ఉద్దేశం అనుకుంటాను. అలాగే ఇక్కడ సంబజ్జగౌడ ముద్దుకుప్పాయిల ప్రణయం విజయకేతనాన్ని ఎగరవేసిన ప్రణయం . హంపి శిథిలమైనా అటువంటి ప్రజాక్షేమం కోరే జంట కలయిక ,మానసికమైన కలయిక, నిజమైన ప్రేమగా చెప్పడమే ఈ నవల ఉద్దేశం.

3

మారుతిగారు ఈ నవలలో విజయనగర వీధులను గాని, అంగళ్లను గాని, ఆనాటి ఆభరణాలను గాని, వస్తువులను గాని,యుద్ధంలో వాడిన ఆయుధాలను గాని వర్ణించడంలో ఎక్కడ అలసత్వం చూపలేదు. కథ చెప్పటంలో వేగాన్ని పాటిస్తూనే, ఉత్కంఠతను ఏమాత్రమూ తగ్గనివ్వకుండా చూశారు. సన్నివేశాలు కల్పించడంలో కానీ, వాటిల్లో నాటకీయతను మితిమీరకుండా పాటించడంలో కానీ జాగ్రత్త కనిపిస్తుంది. నిజానికి చరిత్రను నవలగా మలచేటప్పుడు ఈ విషయంలో రచయిత మరింత నిపుణత తో ఉండాలి. రాజభవనాన్ని గురించి సంబజ్జ గౌడ దృష్టికోణం నుంచి చెప్పడం మొదలు పెట్టినప్పుడు ఇలా రాస్తారు. "సంబజ్జగౌడకు క్రమక్రమంగా

రాజభవనంలోని వెలుగునీడలు అనుభవంలోకి రావడం ప్రారంభమైంది". అక్కడి నుంచి రాజభవనం తాలూకుఅన్ని రహస్యాలు మన దృష్టి కి తెస్తారు. ఇక సంభాషణ విషయానికొస్తే ఉదాహరణగా కొన్ని వాక్యాలు రాస్తాను.

"నీ రాకతో నేను జీవించడం ప్రారంభించాను నీవు విజయనగరంలో ఉన్నప్పుడు నాకు జీవించినట్లుగానే లేదు నీవు లేకుండా వంద సంవత్సరాలు జీవించడం కంటే రేపు చనిపోవటమే నాకు ఇష్టం." ఇది ముద్దుకుప్పాయి అన్నమాట.

"ఆమె అతడి గురించి ఆలోచించినప్పుడల్లా ఒక నక్షత్రం రాలిపోయినట్లయితే ఈపాటికి ఆకాశం ఖాళీ అయ్యుండేది".

ఇంకా ఈ మాట చూడండి." ప్రేమ అంటే ఇద్దరూ ఆడగల, ఇద్దరూ గెలవగల ఆట."

ఇలా సందర్భానుసారంగా పదునైన వాక్యాలు చెప్పే సంభాషణలు ఈ నవల్లో ఉన్నాయి. ఇక ఈ నవల తాలూకు చారిత్రక కోణం గురించి నేను ఏమీ మాట్లాడటం లేదు. ఎందుకంటే నాకున్న చరిత్ర పరిజ్ఞానం అంత ఎక్కువ కాదు. ఈ నవల చివర రచయిత ఇచ్చిన ఉపయుక్తగ్రంథ సూచనబట్టి ఆయన దీనిని రాయడం కోసం చాలా పరిశోధన చేశారు అనే విషయం అర్థం అవుతోంది. కాబట్టి దీని చారిత్రక నిర్దుష్టతను గురించి నేను మాట్లాడబోవడం లేదు. కానీ విజయనగరపై నవాబుల దాడి, వ్యూహాలు గురించిన కథాకథనం చదివింప చేస్తుంది. విజయనగర రాజుల ఓటమి, హంపిని వదిలి అడవులవెంట పెనుగొండకు సంపద తరలించుకుని పారిపోయిన తిరుమలరాయల కథ చెప్తూ ఇదేదీ ఎరగని హంపీ అమాయకంగా నిద్రపోతూ ఉంది అంటాడు. కానీ ఆ మర్నాటి నుంచి మొదలైన విధ్వంసం అయిదు నెలలపాటు సాగింది అంటూ పూర్తి చేస్తారు రచయిత.

కేవలం చరిత్ర నేపథ్యంలో ఒక గొప్ప ప్రేమకథను హృద్యంగా మలుచుకుంటూ వచ్చి దానికి ఒక పరిపూర్ణతను ఇచ్చిన నవలగా దీన్ని మనకు అందించటమే మారుతి గారి ఉద్దేశమని నాకు అనిపించింది. అయినా కూడా చరిత్ర పెద్దగా తెలియని ఆధునిక పాఠకునికి ఇది క్లుప్తంగానైనా సరే సమగ్రమైన పరిజ్ఞానాన్ని ఇస్తుంది. అయితే చిన్న నవలగా ఉన్న దీన్ని మరింతగా పెంచి మూడువందల పేజీల నవలగా రాయగల సామర్థ్యం

ఆయనకు ఉందని నాకు అర్థమైంది. ఎందుకంటే అందరూ చెప్పే శిల్ప పరిపుష్టి ఇందులో చక్కగా అమిరింది. శిల్పమంటే ఏమీ లేదు. ఏదీ ఎక్కడా మితిమీరకుండా ఉండడం. ఇది తెలిసింది కనుక దీన్ని విస్తరించి చెప్పగలరని అనిపించింది. కానీ అంత పెద్ద ప్రణాళికకు వెళ్లేంత తీరిక లేకుండా, మనుషులతో ఎక్కువగా కాలం గడపడమే ఆయనకు ఇష్టమైన విషయమని ఎందుకనో నాకు అనిపించింది. సరిగ్గా నేను కూడా అంతే కాబట్టి ఏమో!

అందుకే చిన్నదైన ఈ "ప్రణయ హంపి"ని, "ప్రేమ హంపి" అని, "విజయ హంపి" అని భావిస్తూ ఇది ఎక్కువమంది పాఠకులకు చేరువ కావాలని ఆశిస్తున్నాను.

- వాడ్రేవు వీరలక్ష్మీ దేవి.

విజయవాడ.

18.5.2024.

ఈ కాల్పనిక నవలలోని పాత్రలు చాలావరకు కల్పితం. సహజత్వం కోసం ఆ కాలంలో జీవించి ఉన్నవారి పేర్లను ఆయా పాత్రలకు పెట్టడం జరిగింది. కల్పిత పాత్రలకు, ఆ కాలంలో ఆ పేర్లతో జీవించి ఉన్నవారికి సంబంధం లేదు.

చారిత్రిక విషయాలు సాధ్యమైనంతవరకు విశ్వసనీయమైన ఆధారాల నుండి తీసుకోబడినవి. ఆధార గ్రంథాల పట్టికను నవల చివరలో ఉన్నది.

ఇది కేవలం కాల్పనిక కథ కాబట్టి దీని పరిమితులను గ్రహించగలరు.

– మారుతి పౌరోహితం

రచయిత

1

హంపీ నగరవీధులకు రెండు వైపులా పూలు పూసిన చెట్లకొమ్మలు గాలికి మనోహారంగా, వయ్యారంగా నాట్యం చేస్తున్నట్లు కదలుతున్నాయి. నగరంలో ఎటుచూసినా సౌధాలే. నగరంలో ప్రతి ఇంటిముందు పూలతోట, వెనుకవైపున ఉద్యానవనాలు ఉన్నాయి. ప్రతి బజారుకూ మొదట, కడపట ఆకాశంలోకి దూసుక పోయే గోపురాలున్నాయి. విజయనగర ప్రజలకు పూవులంటే మహాప్రాణం. యువతీ యువకులు తమ కొప్పుల్లో పరిమళాలు వెదజల్లే అనేకరకాల పూవులను అలంకరించుకొన్నారు. యువతులు అలంకరించుకొన్న ఆ పూల సువాసనలు యువకులను సమ్మోహన పరుస్తున్నాయి.

అది దసరా ఉత్సవాల ప్రారంభవేడుక రోజు. హంపీ నగరమంతా కోలాహలంగా ఉంది. తుళ్ళిపడుతున్న యవ్వనం వీధుల్లో కుప్పబోసినట్లు నగరం మిడిసిమిడిసి పడుతోంది. సామంత రాజ్యాల రాచప్రముఖులు అప్పటికే నగరాన విడిది చేశారు. అళియ రామరాయలు తమ పాలెగాండ్రను, నాయక ప్రముఖులను నగరానికి పిలిపించారు. తమ ఆడంబరాన్నీ, శక్తి సామర్థ్యాలనూ, వైభవాన్ని ప్రదర్శించడానికి ఈ ఉత్సవాలు వేదికలౌతాయి.

ఈ ఉత్సవాలు తొమ్మిది రోజుల పాటు కొనసాగుతాయి.

రెండుకళ్ళూ చాలని ఆ వేడుకలను చూడడానికి వేలాది మంది ప్రజలు మూడు, నాలుగు నెలలు ప్రయాణం చేసేంత దూరం నుండి తండోపతండాలుగా తరలివచ్చారు. రాజు తన యుద్ధ బలగాలన్నింటినీ సమీక్షిస్తాడు కాబట్టి వెయ్యి ఏనుగులకు రంగులువేసి మైదానంలో నిలిపారు. ఒక పర్వతపు వరుస అక్కడ ఉన్నదా అన్నట్లు ఉంది ఆ దృశ్యం. అందంగా అలంకరింపబడిన ఆ ఏనుగులు చూడముచ్చటగా ఉన్నాయి. చాలాసేపటి నుండి అవి ఎండలో నిలిచి ఉండడం వలన అసహనంతో విచిత్రమైన శబ్దాలు చేస్తున్నాయి.

హంపీనగర అశ్వబలానికి తలమానికమైన రాజాశ్వాలు అలంకరింపబడి రాచదారుల వెంబడి టీవీగా నిలిచి ఉన్నాయి. అయిదారు అంతస్తుల బంగాళాల మధ్యలో తీరినిలచిన పెద్ద తేరు మైదానం. విజయనగర రాజపతాకం రెపరెపలాడుతూ సూర్యకిరణాలను ప్రతిఫలింపచేస్తూ బంగారు రంగులో మెరుస్తున్నది. బంగాళాపై ఆ పతాకపు రెపరెపలు నగర సంతోషాన్ని ప్రతిబింబిస్తున్నట్లుగా ఉన్నాయి. భవనాల గోడలపై లతలూ, మామిడి పిందెలు, పూవులు, పక్షులు, అడవి జంతువుల బొమ్మలు అత్యద్భుతముగా చిత్రించబడ్డాయి.

సంపన్నులు తమ సంపదను, హోదాను ప్రదర్శించుటకు ఉంపుడుగత్తెలను, భోగమువారిని ఉత్సవాలకు వెంట తీసుకవచ్చి జనమంతా చూసేట్లుగా వారితో మోటు సరసాలు ఆడుతున్నారు. వృద్ధవేశ్యలు అమ్మగారి పుట్టముకట్టి, చిట్టి కుంకుమ బొట్టుపెట్టి, ముత్తెపు కంటెను ధరించారు. ఇక స్త్రీల అలంకారములను వర్ణించలేము. ముక్కుకు ముక్కరలు, కొప్పులలో తిరుగుడు బిళ్ళలు, కంఠాలకు ముత్యాల హారాలు, నడుములందు డావులు, కాళ్ళలో పాంజీలు ధరించారు. ఆభరణాలు అలంకరించుకొన్న స్త్రీలు ఉత్సవ విగ్రహాలవలె నడిచి వస్తున్నారు. భోగస్త్రీలు అది బుధవారము కనుక నలుగు పిండితో తలస్నానం చేసి అందంగా అలంకరించుకొని దేవకన్యల వలే సందడిగా తిరుగాడుతున్నారు. విజయనగరంలో భోగపుసానుల సంఖ్య చాలా ఎక్కువ. వీరిపై గణాచారి గుత్తాపన్ను వసూలు చేస్తున్నాడు. పన్నెండు వందల మంది సైనికుల కైజీతపు బత్యము వీరి నుండి వసూలు చేసిన పన్నులనుండే చెల్లిస్తున్నారు. వ్యాపారులు రత్నాలను కందులవలె రాసులుగా పోసి అమ్మకానికి పెట్టారు.

ధనికులైన తల్లిదండ్రులు తమ పెళ్ళైన కుమార్తెలను దసరా

ఉత్సవాలకు పుట్టినింటికి పిలిపించుకొని ఉత్సవాల జాతరలో మంచాలు, పరుపులు, పళ్ళేలు, పీటలు, ఊయలలు, తమ్మ పగిడాలు, బిందెలు, కొప్పెరలు, వక్కలాకుల పెట్టెలు, రత్నమౌక్తిక బంగారు ఆభరణాలు, పట్టు బట్టలు, అగరు కస్తూరి జువ్వాజి కుంకుమ పువ్వు, గంధము, పచ్చ కర్పూరం, పన్నీరు, అత్తరు సీసాలు మొదలగువాటిని కొని కుమార్తెలతోపాటు వారి అత్తవారింటికి సారె పంపడం కోసం కుమార్తెలను వెంటబెట్టుకొని వీధులలో కొనుగోళ్ళు చేస్తున్నారు. వస్తువులను కొనివ్వడంలో తమ బిడ్డలపట్ల అపారమైన ప్రేమను చూపుతున్నారు.

తొమ్మిది అంతస్తుల మాడీపైన అళియ రామరాయలు, రాజు సదాశివరాయలు సింహాసనాల్లో ఆసీనులై అక్కడ జరుగుతున్న ప్రదర్శనలను చూస్తున్నారు. మైదానము ఆవగింజ నేల రాలనంత క్రిక్కిరిసి ఉంది. అళియ రామరాయలు గొంతున తాయెత్తులు, నెత్తిపై కుల్లాయి, చెవులకు పోగులు, మెడలో ముత్యాల హారాలు, బంగారు గట్టికమ్ములను ధరించారు. సదాశివరాయలు పసరు పట్టు హిజారు అంగీ, పచ్చరాళ్ళ పోగులు, జీవదంతపు పావాలు ధరించారు.

నగర వీధులు అన్నీ జనంతో కిక్కిరిసి ఉన్నాయి. స్వయంగా అళియ రామరాయలే వేటకాశిన ఒక అడవిదున్నను మైదానం లోపలకు పట్టుకొచ్చారు. అది దాదాపు ఏనుగంత పరిమాణంలో ఉంది. వొంపులు సాగిన దాని కొమ్ములు తోకను తాకుతున్నాయి. బలిష్టముగా కండపట్టిన దానివొళ్ళు నల్లటి నిగనిగలతో నిగిడి మెరుస్తోంది. దానిని బలమైన మోకులతో బందించి మైదానంలో నిలిపి ఉంచారు. కొండవంటి మోరను పైకెత్తి చెవులు పగిలే శబ్దాలతో రంకెలు వేస్తూ, కాళ్ళు నేలకు తాటిస్తూ తాళ్ళను తెంచుకొని మళ్ళీ అడవిమార్గం పట్టడానికి ఆపకుండా ప్రయత్నం చేస్తోంది. ఈ దేవీ నవరాత్రులలో దాని బలి నిర్ణయమైనది. ఉత్సవ ఆచారం ప్రకారం ఒకేఒక్క కత్తివేటుకు దానితల తెగి పడాలి. మహిషుడి అన్నవలె ఉన్న ఆ అడవి దున్నను ఒక్కవేటున నరకుటకు సాహసించలేక హంపీనగర వీరులు ముందు వెనుకలు తొక్కుతున్నారు. "అందరూ దిక్కులు చూచువారే! ముందుకు దుముకువారు ఎవరు?" అని అళియ రామరాయలు ఆలోచిస్తున్న సమయంలోనే ఒక యువకుడు గుంపులో నుండి మైదానంలోకి దూకాడు. గీరు నామము, సన్నటి కోరమీసము, వెనుకకట్టు రుమాలు, కమ్మీ పంచె, కెంగేలిలో వంకవంకి, బచ్చెనపావుకోళ్లు ధరించిన ఆ యువకుడిని చూసి

జనమంతా ఈలలు వేశారు.

"అతడెవరు?" అని కొంటె యువతులలో కొంత ఆసక్తి ఒకవైపు, "ఒక్క వేటున దున్నను తల, మొండెమును నరికేయగలడో లేదో" అనే సందేహం మరొక వైపు విస్తరిస్తుండగా అళియ రామరాయలు సింహాసనం నుండి కిందకు దిగి "భళిరా వీరా! అందుకో ఈ ఖడ్గము. బయలుపరచు నీ శౌర్యము" అంటూ పెద్దటి ఖడ్గమును ఆ యువకుడి చేతిలో పెట్టెను.

అంతలో ఎవరో "అతను మా ఆనెగొంది సంబజ్జగౌడ" అన్నారు.

"మహా పరాక్రమశాలి మా గౌడరు" అని గర్వంగా చెప్పారు.

అందరూ తననే చూస్తుండగా సంబజ్జగౌడ అళియ రామరాయలు అప్పగించిన ఖడ్గమును ఒరనుంచి తీశాడు. రెండంచుల పదునైన బారుకత్తి. పిడికిట నిండుగా పట్టిన పిడి అంచులకు మేలిమి రంగురాళ్ళ తాపడము చేసున్నది దూరదేశాల నుండి తెచ్చిన ఉక్కుతో నిగనిగలాడుతున్న దాని పదునైన కొస, ముందుకు చాపిన కాళిక నాలుకవలె వంపు తిరిగి ఉన్నది.

అంత ఆ వీరుడు నెమ్మదించిన మనసుతో ముందుగా కులదేవరను, తమ ఆనెగొంది గ్రామ దేవతనూ స్మరించాడు. ఎదుట నిలిచిన అడవి దున్నకు వినయముగా మొక్కెను. మూపురము కిందనున్న మెడ మందాన్ని అంచనాగట్టి యెంత ఊపుతోకత్తి కిందకు దిగవలెనో చూపులతోనే లెక్కగట్టెను. అందరూ జయజయ ధ్వనములు చేస్తుండగా రెప్పపాటున ఒక్క కత్తి ఊపున దానితలను నరికెను. మొండెము నుండి విడివడిన తల పది అడుగుల దూరములో ఎగిరిపడింది. నెత్తురు జివ్వుమని చిమ్మింది.

కాహళ, డక్కా, హుడుక్క వంటి వాయిద్యములు దిక్కులు పిక్కటిల్లునట్లు మోగెను.

అళియ రామరాయలు పరుగున మైదానములోకి వచ్చి "భళా భళి వీరుడా! నీ వంటి శౌర్యశాలి ఈ రాజ్యమునకు ఆవశ్యము" అంటూ సంబజ్జగౌడను ఆలింగనము చేసుకొని తన మెడలోని ముత్యాలహారమును అతని మెడలో వేసెను. అనెగొంది యువకులు పరుగునవచ్చి జయ జయధ్వనాల మధ్య సంబజ్జగౌడను తమ మెడలపై ఎక్కించుకొని ఉరేగింపుగా తీసుకెళ్ళిరి.

అదే ఆనెగొంది నుండి సాయంత్రం ఉత్సవాలలో కూచిపూడి

నృత్యరూపకం ప్రదర్శించడానికి వచ్చిన ముద్దుకుప్పాయి ధీరుడైన సంబజ్జగౌడనే చూస్తూ ఉండిపోయింది. తమ ఆనెగొంది వాసియే అతను అను భావన మదిలో మెదలి ముఖముపై చిరునవ్వు మెరిసింది. తెలియని దగ్గరి తనమేదో ఆమె మొహంలో వ్యక్తం అయ్యింది.

తరువాత చప్పట్లు, కేరింతలతో జనాలు ఉత్సాహపరస్తుండగా బాహుబలురైన జెట్టీలు కుస్తీలను ప్రదర్శించిరి. ద్వంద యుద్ధము కేవలం విజయనగర రాజ్యమందే నెగిడింది. రాజ్యములో వాడవాడలో సాము గరిడీలున్నాయి. ద్వంద్వ యుద్ధము చేసేవారు రాజు లేక మంత్రి అనుమతి పొందాలి. గెలిచిన వారికి ఓడిన వారి ఆస్తి ఇప్పిస్తారు. రాత్రికి బాణాసంచా కాల్చడం కనులకు విందుగా ఉంటుంది కాబట్టి అందరూ ఆ ముచ్చట కొరకు ఎదురుచూస్తున్నారు. కాళీశక్తికి నవరాత్రులలో ప్రతిదినము ఇరవైనాలుగు దున్నపోతులు, నూట ఏభై మేకలు బలి ఇస్తారు. చివరి రోజున రెండువందల దున్నలు, నాలుగు వందల మేకలు బలి ఇస్తారు.

ప్రతిదినం బ్రాహ్మణులు దేవీపూజ చేస్తారు. గుర్రాలను అలంకరించి ఊరేగిస్తారు. గారడీ విద్యలు ప్రదర్శించే వారూ, దొమ్మరాటవారూ తమ ప్రదర్శనలను ఇస్తున్నారు. ప్రదర్శనల చుట్టూ జనం మూగి ఆసక్తితో చూస్తున్నారు. కనిపించడం లేదని మారాం చేసే పిల్లలను తండ్రులు భుజాలపై ఎక్కించుకొని చూపిస్తున్నారు. నగర శ్రేష్టి అవచి గోపాలయ్యశెట్టి కర్పూరం, కస్తూరి, ఏలకులు వంటి పరిమళ ద్రవ్యాలను అమ్మడంలో తలమునకలైనాడు. అతడి అంగడి ముందు వందలాది మంది గుమిగూడినారు.

తీపి పదార్థాలు అమ్మ అంగళ్ళలో వ్యాపారులు అపూపాలు (బొబ్బట్లు), లడ్డులు అందముగా పేర్చారు. ఫలహారశాలలలో ఇద్దేనలు (ఇడ్లీలు), దోసీయలు (దోసేలు) అమ్ముతున్నారు. పూటకూళ్ళ ఇళ్ళల్లో చారు, పెసర పులగం, పాయసం, వడియాలు వడ్డిస్తున్నారు. ఇటీవల పోర్చుగల్ దేశము నుండి తీసుకువచ్చిన మిరపకాయలతో చేసిన చిత్రాన్నమును తినుటకు అందరూ ఉవ్విళ్ళూరుతున్నారు. మిరియాల కన్నా మిరపకాయలు అనబడు కొత్తకాయలు చిత్రాన్నమునకు గొప్ప రుచిని ఇస్తున్నాయని మెచ్చుకొంటున్నారు. వంటలో వాడుతున్న మిరపకాయలను వింతను చూసినట్లు చూస్తున్నారు.

భోగముసానులు ఈ సామ్రాజ్యంలో తమ పిల్లలకు పది ఏండ్ల నుండే నృత్య విద్యను నేర్పుతారు.

ఆడపిల్లలకు పది సంవత్సరములు పడగానే దేవదాసీలను చేస్తారు. వీరికి రాజభవనాలలో స్వేచ్ఛా ప్రవేశం ఉంది. నవరాత్రులందు భోగపుసానులకు కుస్తీ పోటీలు కూడా జరుగుతాయి. ఉత్సవాలకు వచ్చిన విటులను ఆకర్షించుటకు భోగంవారు పడుకటిండ్లను చాలా ఆకర్షణీయంగా తీర్చిదిద్దారు. బంగారు కాలంజి పూలపాన్పు, పట్టెమంచము, పట్టు తలగడ, సురటి, నిలువుటద్దము, దంతపు వావలు, కంచు దీపపు కంబము మొదలైనవి పడకటింటిలో ఉంచారు.

మిరియాలు కొనడానికి వచ్చిన సలకం తిమ్మయ్య తన నౌకరు గిరియతో "కేవలం మన మిరియాలతో వెనీస్ అనే పట్టణంలో వర్తకులు మహాభవంతులను నిర్మించుకొన్నారట" అని చెబుతున్నాడు.

అది విన్న అవచి గోపాలయ్య శెట్టి "అవునవును పది మేడలు ఉన్నవాని కన్నా తులం మిరియాలు ఉన్న వాడికి ఆ దేశంలో ఎక్కువ ప్రతిష్ట" అంటూ "దినుసుల్ని ఎవడు జయిస్తాడో వాడు ప్రపంచాన్ని జయిస్తాడట" అని అన్నాడు.

దానికి సలకం తిమ్మయ్య బదులిస్తూ "యాలకులు కొనేవాడికి చావెందుకు వస్తుంది? అని వారి నమ్మిక అట" అని అన్నాడు.

*****

సాయంత్రం విరూపాక్షస్వామి ఆలయవీధిలో ఆనెగొంది నివాసి ముద్దుకుప్పాయి భామాకలాప ప్రదర్శన ప్రారంభమయ్యింది. కాశపోసి కట్టిన పట్టుచీర, చేతికి వజ్రాలు పొదిగిన బంగారు గాజులు దివిటీల వెలుతురులో తళుకులు చిమ్ముతున్నాయి. కానీ అవేమీ అక్కరలేని అతిలోక సౌందర్యం ఆమెది. గణేశ స్తుతి, సరస్వతీ స్తుతి, లక్ష్మీస్తుతి, పరాశక్తి స్తోత్రాలతో కూచిపూడి నృత్య ప్రదర్శన మొదలైంది. ప్రక్కన ఒక గాయకుడు, కర్ణాటక సంగీత శైలిలో కీర్తనలను పాడుతున్నాడు. దీనినే నట్టువాంగం అంటారు. వాద్యబృందంవారు మృదంగం, వాయులీనం, వేణువు, తంబూరా వంటి వాద్యపరికరాలను ఉపయోగిస్తున్నారు.

ముద్దుకుప్పాయి అభినయాల కుప్ప. చురుగ్గా లయబద్ధంగా కదిలే ముద్దుకుప్పాయి పాదాలు అందరినీ తనవైపు తిప్పుకొనడానికీ, మోమున విరిసే నవరస భావాలు చాలు జనాలను సమ్మోహపరచడానికి. ఆమె నవ్వు పున్నమి వెన్నెలై కురుస్తున్నది. ఆమె అభినయపు చూపులు ప్రేక్షకులను

విశేషంగా ఆకట్టుకొంటున్నవి. సంబజ్జగౌడ తన్మయత్వంతో ఆమె శిల్పసదృశమైన దేహ భంగిమలు, హస్తాలు, కళ్ళతో చేసే కదలికలు,ముఖంలో చూపించే భావాలను పరవశత్వంతో మైమరచి చూస్తున్నాడు.

ముఖాభినయంలో మేటినటి ముద్దు కుప్పాయి. ఆమె సాత్వికాభినయం, భావాభినయం చేయడంలో దిట్ట. అమె ధరించిన అభారణాలు తేలికగా ఉ ండే బూరుగు చెక్కతో చేయబడ్డాయి. ఆ చెక్కఅభరణాల శబ్దం వినడానికి చెవులకు ఇంపుగా ఉంది. విజయనగర రాజులు కూచిపూడి భాగవతుల అనన్య దేశభక్తిని ప్రజోపయోగాత్మకతను వారి పరోపకారతను గుర్తించి ఆదరించడం వలననే ఈ ప్రదర్శనకు అనుమతి లభించింది. నవరసాల హావభావ ప్రకటనలు ప్రేక్షకులను సమ్మోహన పరుస్తున్నవి. మల్లెతీగవలె సన్నగా, నవయవ్వనంతో ఆకర్షణీయంగా ఉంది. అంతమంది జన సమూహం మధ్యలో ఉన్నా, సంగీత, సాహిత్యాలలో లీనమై నాట్యము నెరుపుతున్నా ముద్దుకుప్పాయి కళ్ళు మాత్రం ఎవరినో వెతుకుతున్నాయి. ఆవిషయాన్ని సంబజ్జగౌడ గ్రహించాడు కానీ తనకోసమేనన్న విషయాన్ని ఊహించలేక పోయాడు.

సంబరాలు అంబరాన్నంటే విధంగా రాత్రి బాణాసంచా కాల్చారు. బాణాసంచా కాల్చే సంబరాన్ని తిలకిస్తున్న సంబజ్జగౌడ చూపులు ముద్దు కుప్పాయిపై నిలిచాయి. ఆమె కళ్ళు ఇప్పుడు కూడా ఎవరినో వెతుకుతున్నాయి. సంబజ్జగౌడ లేడిపిల్లకళ్ళలా గిర్రున తిరుగుతున్న అమె కళ్ళను ఆసక్తితో చూస్తూ ఉండిపోయాడు. అన్వేషణలో ఉన్న ఆమెచూపులు హఠాత్తుగా ఆగి అతడిపై వాలినవి. దొరికిపోయానని తెలిసి ముద్దుకుప్పాయి కళ్ళలోకి మరలా చూడలేక చూపులు దింపుకొన్నాడు. కానీ మరొక్కక్షణం కూడా ఉండలేకపోయాడు. చూపు మళ్ళీ ఆమెవైపు తిప్పాడో లేదో దగ్గరకు రమ్మని సైగతో పిలిచింది. తననేనా? అనే సందేహంలో ఉండగానే, నిన్నే! అన్నట్లు మరో సంజ్ఞ.

"నన్నేనా?" మళ్ళీ కళ్ళతో అడిగాడు సంబజ్జగౌడ .

"అవును!" అంటూ కళ్ళతోనే చెప్పింది. పెద్దడంకా మోగుతున్నట్లు గుండెచప్పుడు చెవులలోకి ధ్వనిస్తుండగా సంబజ్జగౌడ ముద్దుకుప్పాయి నిల్చొని ఉన్న చోటుకు వెళ్ళాడు.

"నేను ముద్దుకుప్పాయిని. అనెగొంది వాసిని. మీ వీరత్వాన్ని

విన్నాను. నిన్న చూశాను! మీరు మా అనెగొంది వాసేనని తెలిసి ఒకింత గర్వపడ్డాను. ఆనెగొంది అంజనాద్రి బెట్ట దగ్గర పౌర్ణమినాటి రాత్రి మన కలయిక" అంటూ అతడి సమాధానానికి ఎదురుచూడకుండా వెళ్ళిపోయింది.

సంబజ్జగౌడ "ఇది కలా? నిజమా?" అని గుర్తించేలోపే ఆమె కనుమరుగైంది. అతడి గుండె లయతప్పుతోంది. అంగరంగ వైభవంగా జరుగుతోన్న వేడుకలు ఏవీ అతడికి కనిపించడం లేదు. హంపీ దసరా ఉత్సవాలలో కలిగిన వీరి పరిచయం ప్రణయానికి, ఆ ప్రణయం పరిణయానికి దారి తీస్తుందా? లేదా ఏదైనా ప్రళయమే ముంచుకు వస్తుందా? ఏమో! కాలమే సమాధానం చెప్పాలి.

2

అది పౌర్ణమి సాయంత్రం. అంజనాద్రిబెట్ట పాదాల దగ్గర, తుంగభద్రా తీరాన సంబజ్జగౌడ ముద్దుకుప్పాయి కోసం ఎదురుచూస్తున్నాడు. ఎదురు చూపులు ఈ లోకాన్ని కాంతివంతం చేయడం సహజమే కదా! మనసును అస్థిమితం చేయడం అనూహ్యం కాదు గదా! ఇసుకలో కూరుకుపోయిన నల్లని బండరాయిపై కూర్చొని ఉన్నాడు. నిండు తుంగభద్ర అలజడి చేయకుండా ప్రవహిస్తోంది. హొయలుపోతూ కవ్విస్తూ నడుస్తోన్నట్లుగా ఉంది.

"ఎందుకో ఈరోజు నది చాలా అందంగా కనిపిస్తోంది" అని సంబజ్జగౌడ పలుమార్లు అనుకున్నాడు. కలయజూసి కారణాలు కనిపెట్ట శ్రమించాడు. మనసు దేనిపైనా లగ్నం కావడం లేదు. అది మరెక్కడో సుందర హరితారణ్యంలో చిక్కుకుపోయింది. భానుడి అస్తమయ వాలుకిరణాలు నదీ ప్రవాహంలో ఏర్పడిన చిన్న అలలపైపడి మెరుస్తున్నాయి. నక్షత్రాలే ప్రవాహంగా సాగుతున్నట్లు అనిపిస్తోంది. ఆ సాయంసంధ్య నది ఇరువైపులా పచ్చని పంట పొలాలు, చల్లని గాలి తెమ్మరలు, బిడ్డలను గుర్తు చేసుకొంటూ అంబా అంటున్న గోవులు, చింతచెట్ల ఎత్తున ఎగసిన ఎర్రటి గోధూళి, గూటికి వెళుతున్న పిట్టల కిలకిలలు ఎంతో మానసిక ఆహ్లాదాన్ని కలిగిస్తున్నప్పటికీ సంబజ్జగౌడకు గుండెవేగం తగ్గడం లేదు. మది నెమ్మదించడం లేదు.

ముద్దుకుప్పాయి ఏమి చెప్పబోతుందో అని మనసు ఆందోళన పడుతోంది. చింత తీరడం లేదు. నీరీక్షణలోని అసహనం అతణ్ణి ఒకచోట కూర్చోనివ్వడం లేదు. నించోనివ్వడం లేదు. పరచుకుంటున్న సంధ్య చీకటులు ఆగడమూ లేదు.

వినీలాకశంలో వెన్నలవోలె దూరంగా ముద్దుకుప్పాయి కనిపించింది. ఏమా వదన సౌందర్యము! అనుకొన్నాడు. తనవైపుగా వస్తుండడాన్ని చూసి సంబజ్జగౌడ గుండెదడ మరింత పెరిగింది. అప్రయత్నంగా లేచి నిలబడ్డాడు.

"ఆలస్యానికి మన్నింపులు"

"అయ్యో ఎంతమాట? మీవంటి కళాకారులు మాలాంటి సాధారణ ప్రజను క్షమించమని కోరడం భావ్యమా ?"

"మీ వంటి యోధులకన్నా మేమెందు గొప్పవారము?"

"మా యోధత్వానిది ఏముంది? సకల శాస్త్రాలు తెలిసిన మీ పాండిత్యంతో అది ఎన్నటికీ సమానం కాలేదు."

"ఒప్పుకున్నాను మహానుభావా! నన్ను కనీసం కుర్చోనిస్తారా ?"

సంబజ్జగౌడ తడబడుతూ "అయ్యో! ఎంతమాట? ఇలా కూర్చోండి" అంటూ తను కూర్చున్న బండ రాయిని చూపిస్తూ కొంచెం ప్రక్కకు జరిగాడు.

ముద్దుకుప్పాయి అదే బండరాయి మీద కొంచెం దూరంగా కూర్చుంది.

సంబజ్జగౌడ సిగ్గుపడ్డాడు.

"యోధులకు బిడియమా?"

"కన్నియలంటే ఎవరికైనా బిడియమే"

"ఎందుకో?"

సంబజ్జగౌడ సిగ్గుతో చిరునవ్వు నవ్వాడు.

"మీ శౌర్య ప్రతాపాల గురించి మన ఊరిలో విన్నాను. దసరా ఉత్సవాలలో మీ భుజబలం నన్ను కట్టిపడవేసింది. నామనసు మీ పరమైంది. మీరు అనెగొంది వారని తెలిసి మాకు మరింత ఆప్తులని తోచింది. అన్నింటికి మించి, నేను ఒక వనితను. ఒక నవజవ్వన యోధుడి ముందు నిలబడి

నన్ను ప్రేమించమని అడుగుతున్నాను.” అంది ధైర్యంగా.

సంబజ్జగౌడకు నోట మాట రాలేదు. తను ఆమెనుండి ఏమాట అయితే ఆశిస్తున్నాడో అది నేరుగా వ్యక్తంకాగా ఏమిచెప్పాలో పాలుపోవడం లేదు. ఎలా స్పందించాలో కూడా తెలియడంలేదు.

“మౌనంగా ఉన్నారు.”

“నేను తెలివిగల మనిషిని కాదు. చతురుడైన మాటకారినీ కాను. కానీ ప్రేమ అంటే ఏమిటో తెలిసిన వాడిని. మీరు అందమైనవారు. అందమైన జీవితానికి అర్హులు. అటువంటి జీవితాన్ని మీకు ఇవ్వగలనా? అందునా మీలాంటి గొప్ప కళాకారులు నాలాంటి వాడిని వలచుటను గురించి...”

“వలపుకు అంతరాలు ఉంటాయా సాహసీ?”

“ఉండకపోవచ్చు. కానీ...”

“అభ్యంతరం ఏమిటో”

“అభ్యంతరం ఏమీ లేదు. కానీ యోధత్వమే చాలదు కదా?”

“మీది సమాజహితమైన యోధత్వము. నాకు తెలుసు. అడవిలో పశువుల మందపై పడిన జంట పులులను పారిపోయేట్లు చేసి మన గ్రామగోవులను రక్షించారట?”

“అది మనిషిగా నా ధర్మం.”

“నదీ ప్రవాహంలో కొట్టుకొని పోతున్న తల్లీ కూతుళ్ళనూ రక్షించారట!”

“కళ్ళెదుట ప్రాణాలు ప్రవాహంలో కొట్టుకొని పోతోంటే ప్రాణం విలువ తెలిసిన వాడిగా నా కర్తవ్యం నిర్వర్తించాను.”

“ఆ గుణం చాలదా మిమ్ములను ప్రేమించుటకు.”

“ మీతో వాదనలో గెలవడం కష్టమే.”

“ మన మధ్య గెలుపు ఓటములు ఎందుకు?”

“ప్రేమ ఒక జీవన విధానం. మనం అనుసరించే ప్రతి మార్గం సులభం కాదు, ప్రతి మార్గమూ ఆనందాన్ని తీసుకురాదు” అన్నాడు

సందేహంగా.

"నేను తెలివిగల మనిషిని కాను అంటూనే పరిణతితో కూడిన ఎన్ని మాటలు మాట్లాడుతున్నారో చూడండి" అన్నది నవ్వుతూ

"మీ గురించి కూడా తెలుసుకొన్నా."

"ఎం తెలుసుకోన్నారో ?" అంది కొంటెగా.

"అద్భుతమైన నాట్యకారిణి అనీ, గొప్పగా నృత్యరూపకాలు ప్రదర్శిస్తారనీ, ఎంతో పలుకుబడి కలవారనీ, మాలాంటి వారికి అందనంత ఎత్తులో ఉన్నారనీ..."

"అబ్బో చాలానే సేకరించారే ! భలే భలే ! ఇంకా..."

"సామంత నాయకులు ఎందరో వివాహమాడతామని ప్రతిపాదించినా, మీరు ఒప్పుకోలేదని ."

"పాలకుల మీద నాకు సదభిప్రాయం లేదు. వారికి భార్యనైతే నా పడకటింటి సంఖ్య ఎంతో నాకే తెలియక పోవచ్చు. సమాజ హితము కోరే మా నృత్యకళ నాకు ప్రాణం. కళకు సంకెళ్ళు పడడం నా మనసుకు నచ్చనిది."

"నా విషయంలో మీకు ఆ అనుమానం అవసరం లేదు."

"మీ గురించి తెలిసే నా ఈ నిర్ణయం."

"పంచ భూతాల సాక్షిగా నేను మీకు మాట ఇస్తున్నా. మీ నిర్ణయం ఏదైనా గౌరవిస్తాను. ఇప్పుడు... మరి ఎప్పటికీ మీ అన్ని రూపాలలో మిమ్ములను గాఢంగా ప్రేమిస్తానని ప్రతిజ్ఞ చేస్తున్నా."

"నా గురించి మీరు విన్నది అనెగొందిలోని ప్రస్తుత విషయాలనే! కానీ మా పూర్వీకుల గురించి మీకు చెప్పవలసిన విషయాలు చాలా ఉన్నాయి. సమాజహితం కోసం ప్రాణత్యాగాన్ని లెక్కపెట్టని వంశం మాది"

"కుతూహలంగా ఉన్నది..."

"మేము కుప్పాయి వంశీకులం. కూచిపూడి భాగవతులం. ఒకప్పుడు దేశదిమ్మరులం. మా పూర్వీకుల వృత్తీ, ప్రవృత్తీ దేశాటనంలోనే సాగేది. మా అమ్మగారు తిరుమలమ్మ. మా అమ్మమ్మగారు తిరువెంకట మాణిక్యము. అమ్మమ్మ గారు 'రాయపాత్ర చూడామణి' బిరుదాంకితురాలు. కూచిపూడి

భాగవతులు కొందరు కలసి ఒక బృందంగా ఏర్పడి ఒక పట్టణంలో బసచేసి కొంతకాలము పాటు ఆ చుట్టుపక్కల గ్రామాలను సందర్శించి మన్ననలను పొందుతూ వారిచ్చిన కానుకలను పొంది బ్రతుకును గడిపెడివారు. మావాళ్ళ నాటకాలు ప్రభోదాత్మకంగాను, సందేశాత్మకంగాను, పౌరాణికంగాను ఉంటాయి. రాజ్య శ్రేయస్సు మాకు ఒక ప్రగాఢ ఆశయం కూడా.

సాళువ నరసింహరాయల కాలంలో మా అమ్మమ్మగారి బృందం సిద్ధవటం పాలకుడు 'సంబెట గురవరాజు' దర్శనం నిమిత్తం ఎన్ని రోజులు వేచినా అనుమతి దొరకలేదు. కారణం ఏమై ఉంటుందో అని వారు పట్టణవీదులు తిరుగుతూ ఆలోచించసాగారు. 'సంబెట గురవరాజు' చేస్తున్న చెడుపనులు వీరి దృష్టికి వచ్చి వ్యాకులతకు గురైనారు. వారు తమ సృజనాత్మకతతో సిద్ధవటంలోని వాస్తవాలను ఒక రూపకంగా మలచి విజయనగర చేరినారు. సామంతుని దర్శనం కన్నా చక్రవర్తుల దర్శనం ప్రయాస లేకుండా లభించడం వారిని ఆశ్చర్యపరచింది. వారి ప్రదర్శనకు వెంటనే అనుమతి లభించింది. వారు వేషధారణ ముగించుకొని ప్రదర్శన కొరకు రంగమంటపమునకు చేరి సాంప్రదాయకమైన రంగపూజ, ఇష్టదేవత ఆరాధన వంటి కార్యక్రమాలు నిర్వహించారు.

ప్రదర్శనలో 'సంబెట గురవరాజు' పాత్ర పోషకుడు అతని పేరును ఎక్కడా వెల్లడించక అతడు చేస్తున్న చెడుపనులను ప్రదర్శనలో చూపారు. రాజు పాత్రధారి తన అనుచరులతో గ్రామ సంచారంతో ఆనాటి ప్రదర్శనను ప్రారంభించారు. క్రమంగా ఆ రాజు ప్రజల నుండి అక్రమంగా ధనమును కొల్లగొట్టడం, వారిని అతిదారుణంగా హింసించి పన్నులు వసూలు చేయడం చూపించారు. తరువాతి ఘట్టంలో గురవరాయని అసలు చేష్టలు బయట పెట్టారు. అమిత కామాందుడైన అతడు రోజుకు ఒక కన్నెను పట్టణము నుండి కోరడం, అంగీకరించని వారిని బలాత్కరించడం, పిదప ఆమెను పరుండబెట్టి వడ్రంగి వాని చిత్రికలతో స్తనములపై రంధ్రము చేసి పైశాచిక ఆనందం పొందటం, మాటలకు చూపులకు అందని విధంగా హింసకు గురిచేయడాన్ని ప్రదర్శనలో భాగంగా చూపారు.

ఈ సన్నివేశాలను చూసిన వీరనరసింహరాయలు కోపోద్రిక్తుడై ప్రదర్శనను చాలించమని ఆజ్ఞా పించాడు. అందులకు మా అమ్మమ్మ రాజుగారిని శాంతించమని పరిపరి విధములుగా వేడుకొని, సిద్ధవట పాలకుడు అయిన సంబెట గురవరాజనే పాలకుని నిజస్వరూపం ఇదేనని చెప్పినది.

వీర నరసింహరాయలు ఇదంత విని ఇది అబద్ధమని తేలితే మీ మీ శిరస్సులు ఉండవని హెచ్చరించాడు. ఆలస్యం చేయక మారువేషంలో సిద్ధవటమునకు వెళ్లి గురవరాజని నిజస్వరూపం తెలిసికొని అతడిని పదవి నుండి తొలగించి వారికి ఒక మంచి పాలకుడిని ఏర్పాటు చేశాడు. పిమ్మట మా అమ్మమ్మ బృందాన్ని నగరికి పిలిపించి వారు మున్నెన్నడు ఎరుగని గౌరవ సత్కారాలు చేశారు. కూచిపూడి భాగవతుల అనన్య దేశభక్తిని, ప్రజోపయోగాత్మకతను, పరోపకారతను గుర్తించి ఈరాజ్యమునందే శాశ్వతముగా ఉండమని కోరినాడు. నాటి నుండి మేము శాశ్వతముగా ఇక్కడే నివాసం చేసికొన్నాము. నాటినుండి నేటివరకు విజయనగర రాజులు మమ్ములను మిక్కిలి ఆదరిస్తూ ఉన్నారు" అని తన గతాన్ని చెప్పింది ముద్దుకుప్పాయి.

"మిక్కిలి ఆసక్తికరంగా ఉంది. నాకు మీకు ఉన్నంతటి పూర్వ చరిత్ర లేదు. నేనొక సాధారణ మనిషిని"

"సాధారణ వ్యక్తి రూపంలో ఉన్న అసాధారణ వీరులు మీరు. ధైర్యసాహసాలు అందరకీ ఉండవు. సాహసం, కవిత్వం, అందం, శృంగారం, ప్రేమ వీటి కోసమే మనం సజీవంగా ఉంటాము."

"అంతటి అసాధారణ వీరుడిని కాను. మీ అంత చదువుకోనూ లేదు. నా తండ్రి బైరప్పగౌడ. నా తల్లి బైలాంబిక. నాన్న కనకదాసరు అనుయాయి. కనకదాసర ఆలోచనలను నిత్యం అనుసరిస్తుంటాడు. నా తండ్రి ఈ గ్రామ అమరనాయక సైనికుడు. వ్యవసాయం కూడా చేస్తాడు. ఈ విజయనగర సామ్రాజ్యంలో మత పన్ను, వృత్తి పన్ను, సామాజిక పన్ను, వాణిజ్య పన్ను, పుల్లరి, కొండగట్టు పన్ను, గ్రామదేవత పన్ను, పూజలపై పన్ను, పశువులపై పన్ను, నీటి బుగ్గలపై పన్ను, స్థిరాస్తులపై పన్నులు, ఎండుగడ్డిపై పన్ను వంటి అనేక రకాలైన పన్నులను వివిధ వర్గాల ప్రజలు ప్రభువునకు చెల్లిస్తున్నారు. ఈ పన్నుల వలన మాకు వ్యవసాయం గిట్టుబాటు కాకున్నది. అందువలనే నా తండ్రి గ్రామ అమరనాయక సైనికుడుగా కూడా పనిచేస్తున్నాడు. వ్యవసాయ పనులన్నీ చాలా వరకు అమ్మే చూసుకొంటుంది. గొప్ప భక్తురాలు. "నీ చుట్టూ ఉన్న నలుగురి సుఖమే నీ సుఖం" అని నా తండ్రి నాకు నేర్పాడు. అది నమ్మి నేను చేసిన పనులే సాహసకార్యాలుగా నాకు పేరు తెచ్చిపెట్టాయి. మీ అనన్య దేశభక్తి, ప్రజోపయోగాత్మకత, పరోపకారత నాకు చాలా నచ్చాయి."

"తండ్రి కనకదాసరు అనుయాయి అన్నారు. నాకూ ఆయన సాహిత్యం అంటే చాలా ఇష్టం."

"తను ఎప్పుడూ ఆయన గీతాలే పాడుతుంటాడు. తరచుగా ఆయన తత్వాన్ని మాకు భోదిస్తూ ఉంటాడు. నాలో ఏదైనా కొంత సమాజ క్షేమం గురించిన ఆలోచనలున్నాయి అంటే అవి కనకదాసరు ప్రబోధ ఫలితమే."

"మీ తండ్రి గారు కనకదాసర అనుయాయి అన్నందువలన నేను కొంత తేలిక పడ్డాను."

"ఎందులకు?"

"కనకదాసరు సమాజంలోని అంతరాలు పోవాలని భోదించారు కదా!"

"భోదిస్తే?"

"మన వివాహానికి మీ తల్లిదండ్రుల అభ్యంతరం ఉండదని."

"అదీనూ నిజమే! మా తండ్రి కనకదాసరు చెప్పిన 'బియ్యం - రాగులు' కథను మాకు తరచుగా చెబుతుంటాడు."

"నేనూ విని ఉన్నాను. అయితే వివరంగా తెలియదు."

"త్రేతాయుగ కాలంలో వడ్ల బియ్యపు గింజకు, రాగి గింజకు మధ్య నేను గొప్పంటే నేను గొప్ప అని వివాదం వచ్చిందట. బియ్యపు గింజ రాగి గింజతో 'ఈ భూమిపై అన్ని వేడుకలలో బ్రాహ్మణులు నన్ను ఉపయోగిస్తారు. నామకరణం, కేశఖండన, వివాహం వంటి మంగళకరమైన కార్యక్రమాలలో నాకు అపారమైన ప్రాధాన్యతను ఇస్తారు. అశుభకార్యాలలో సైతమూ నాదే ప్రధాన భూమిక. కర్మకాండలలో పిండప్రదానానికీ నన్నే ఉపయోగిస్తారు. నేను వారికి ప్రియమైన వాడిని. అన్ననైవేద్యమే నైవేద్యం. అన్నీ ఇళ్ళల్లో పండుగలకు నన్ను వండితేనే అది పండుగ అవుతుంది. నీవు అసమర్థుడివి. నాకు గొప్ప కులాలల్లో స్థానం ఉంది. ఏవిధంగా చూసినా నేను నీకన్నా ఉన్నతుడిని' అని వాదించినదట.

బియ్యపుగింజ వాదనను ఒప్పుకోని రాగిగింజ 'నీవు మూఢవిశ్వాసాలను పెంచిపోషించేవాడివి. స్వార్థపరుల వేడుకల్లో భాగమైనవాడివి. నిను తిన్నవారు రోగాల పాలు అవుతారు. వర్షాలు

కురవనపుడు, పంటలు పండనపుడు, కరువు వచ్చినపుడు, పేదప్రజలకు, పశువులకు నేనే ఆహారాన్ని. నేనే రక్షకుడను. ఒక్క మూడువానలు కురియలేదనుకో నీ అస్తిత్వమే ఉండదు. విపత్తుల సమయంలో నేను అందరినీ ఆదుకొంటాను. నవధాన్యాలలో ఎవరునూ నాకు సమానులు కారు' అని ప్రతివాదన చేసినదట.

"మరి ఆ వివాదం ఏమైంది?"

" వివాదం శ్రీరామ చంద్రమూర్తి దగ్గరకు చేరిందట. అప్పుడు శ్రీరాముడు ఈ రెండు గింజల శక్తిని పరీక్షించదలచి వారిద్దరినీ కొంతకాలం చెరసాలలో పెట్టమని గౌతమఋషితో చెప్పారట. అనంతరం దీర్ఘకాలంగా చెరసాలలో ఉన్న ఇద్దరినీ విడుదల చేయమని శ్రీరామ చంద్రమూర్తి ఆదేశించారట. దీర్ఘకాలంగా చెరసాలలో ఉండడం వలన బియ్యపుగింజ మగ్గిపోయినదట. రాగిగింజ తాజాగా ఉందట. రాముని ఆస్థానంలో సమావేశమైన మహానుభావులు అందరూ రాగుల శక్తిని ప్రశంసించారట. గౌతమఋషి రాగుల ఆధిక్యతను ప్రకటించారట. దేవేంద్రుడు ధాన్యాలలో రాగులకు గౌరవ స్థానం ఇచ్చాడట. రాగులు శక్తికి మూలమని స్వర్గంలోని దేవతలు అందరూ అంగీకరించారట.

అయితే రాగిగింజ గర్వపడలేదట. అంతేగాక పక్కనే నిలబడి ఉన్న బియ్యపుగింజను ఓదార్చినదట. సమాజానికి సేవచేయడంలో ఇద్దరమూ సమానులమేననీ, ఒకరికొకరు తోడుగా ఉందామని అన్నదట. తరువాత ఇద్దరూ గొప్ప స్నేహితులు అయ్యారట." అని కథను చెప్పాడు సంబజ్జ గౌడ.

"ఈ కథలో నిగూఢమైన అర్థం ఉంది కదూ!"

"అవును. ఇది ధనిక, పేదల మధ్య, ఉన్నత, దిగువ కులాల మధ్య అంతరాన్ని చూపించింది. కనకదాసు శూద్ర వర్ణ కాపరుల కులంలో జన్మించారు. పేదరికం, బాధలు అనుభవించారు. ఈ కథలో రాగి ధాన్యం సమాజంలోని పేద, నిమ్న కులాలకు ప్రాతినిధ్యం వహిస్తుంది. తెల్ల బియ్యం సమాజంలోని ధనిక, అగ్రవర్ణ ప్రజలను సూచిస్తుంది. ఇలాంటి కథల ద్వారా చాలా సరళంగా అందరకూ అర్థం అయ్యే విధంగా ఎన్నో క్లిష్టమైన విషయాలను ఆయన భోదించారని అప్ప(నాన్న) చెబుతుంటాడు. అంతే కాకుండా ఒక పర్యాయం కనకదాసరు శ్రీకృష్ణ దర్శనం కోసం ఉడిపి వెళ్లారట.

కనకదాసరకు ఉడిపి శ్రీకృష్ణుని ఆలయంలోకి ప్రవేశించడానికి బ్రాహ్మణులు అనుమతించలేదట. నిరాశ చెందిన అతను గుడి చుట్టూ ప్రదక్షిణ చేసి ఒక కట్టపై కూర్చొన్నారట. అప్పుడు ఆకాశంలో ఒక గొప్ప మెరుపు వచ్చి స్వామివారి గర్భగుడి గోడలో చీలిక వచ్చిందట. గర్భాలయంలోని శ్రీకృష్ణుడి విగ్రహం గోడలో ఏర్పడిన ఆ చీలిక వైపుకు వెనక్కు తిరిగినదట. గోడ పగులు ద్వారా కనకదాసరు కూర్చొన్న చోటునుండే భగవంతుడిని దర్శనం చేసుకొన్నారట. గొర్రెలకాపరి అయినప్పటికీ అతను మంచిసాహిత్య అభిరుచి, భక్తి కలిగిన సంస్కారవంతుడు. అందుకే నాన్న నన్ను చదువుకోడానికి తిరువెంకట ఆచార్యులు అనే గురువు దగ్గరకు పంపారు. ఎంతో కొంత చదువుకోవడం మూలానా, తండ్రి భోదనల మూలానా మీవంటి విద్వత్తుకలవారితో మాటలాడ గలుగుతున్నాను" అన్నాడు సంబజ్జ గౌడ.

"బహుశా మన ఇరువురిలో ఉన్న ఈ సమగుణాలే మనలను ఇలా కలిపేట్లు చేశాయేమో " అన్నది ముద్దుకుప్పాయి.

"మీకు చెప్పవలసిన విషయం మరొకటి ఉంది. దసరా ఉత్సవాల తరువాత మన అనెగొంది పట్టణ గండ అయిన దొడ్డసంకణ నాయకుడి ద్వారా తక్షణమే నేను రాజధానిలో రాజుగారిని కలవమని ఒక ఆజ్ఞ వచ్చింది. నన్ను సిద్ధం కమ్మని ఆదేశాలు ఇచ్చారు. ఎందుకో తెలియదు"

"ఇందులో తెలియని విషయం ఏముంది? మీ వీరత్వాన్ని గుర్తించి తమ సైన్యంలో ఏదోపదవి ఇచ్చేందుకై ఉంటుంది. విజయనగరలో ప్రతిభావంతులకు పట్టంకట్టే సాంప్రదాయం హరిహరరాయల కాలం నుంచీ ఉన్నదే కదా!"

"మరి సైన్యంలో చేరితే మన విషయం ....?"

" ఏమౌతుంది? మన బంధం కొనసాగుతుంది. ఏం సైనికులకు కుటుంబాలు ఉండవా?" అని గోముగా నవ్వుతూ ఎదురు ప్రశ్న వేసింది.

" సైన్యం అంటే భవిష్యత్తు అనిశ్చితం కదా?'

"ఇక్కడ ఎవరి జీవితం నిశ్చితం ? యోధులకు అటువంటి ఆలోచనే కూడదు. అందునా నాలాంటి వారికోసం మీ సుగుణాల్ని చంపివేసుకొంటారా ? రాజ్యానికి రక్షణగా నిలవడం యోధుల తొలికర్తవ్యం. రాజు రక్షణ ప్రజల రక్షణయే కదా ! తక్షణమే వెళ్లిరండి. అంతా మంచే జరుగుతుంది"

"నాకునూ వెళ్ళడం ఇష్టమే! మీ ప్రోత్సాహానికి ధన్యవాదాలు."

"మన మధ్య ధన్యవాదాలు, క్షమించడాలు ఉండవిక."

"అలాగే."

"చీకటి పడింది . ఇక నేను వెళతాను."

"మీరు వెళతా ఉంటె దిగులు అవుతోంది."

"ఎందుకు దిగులు. మనసు నిండా నేనే ఉంటేనూ%శౌ%"

"అదీ వాస్తవమే. "

"మరి సెలవా?"

"మరలా పునర్దర్శనం?"

"మీరు రాజధాని నుండి వచ్చిన తరువాత హెున్నమహాద్వార దగ్గర ఇదే వేళకు కలుద్దాం."

"నేను వచ్చిన విషయం మీకు ఎలా తెలిపేది?"

"నేను ప్రతిరోజు శ్రీరంగనాథస్వామి దేవాలయానికి దర్శనార్థం వెళుతుంటాను."

"తెలుసు. ఎన్నిసార్లు మీకు తెలియకుండా మిమ్ములను వెంబడించానో!"

"అసాధ్యుడవే. నేను గమనించనేలేదు. మీరు వచ్చిన రోజున దేవాలయం ప్రధానద్వారం కుడి వైపున పసుపుతో బాణంగుర్తు వేయండి. ఆ మరుసటిరోజు సాయంత్రం హెున్నమహాద్వార దగ్గర కలుద్దాం. శుభవార్త కోసం ఎదురుచూస్తుంటాను. శుభమస్తు" అంటూ కుప్పాయి అక్కడి నుండి నిష్క్రమించింది.

3

మరుసటిరోజున వేకువననే సంబజ్జగౌడ రాజాజ్ఞ మేరకు అనెగొంది పట్టణగండ (పాలకుడు) దొడ్డసంకణ నాయకతో కలసి విజయనగరకు బయలు దేరాడు. దొడ్డ సంకణనాయకకు నగర ప్రవేశ ద్వారం దగ్గర ఉన్న ద్వారపాలకులు అభివాదం చేశారు. వారికి అతను రాజాజ్ఞ గురించి చెప్పాడు. ఇరువురికీ నగర ప్రవేశ అనుమతి లభించింది. దసరా ఉత్సవాల సమయంలో తప్ప మరెప్పుడూ సంబజ్జగౌడ నగరానికి వెళ్ళలేదు. అప్పుడు ఒక సాధారణ వ్యక్తిగా వెళ్ళాడు. ఇప్పుడు అలా కాదు. దొడ్డసంకణ నాయకతో కలసి వెళుతూ ఉండడం వలననూ, రాజాజ్ఞ ఉండడం వలననూ ఎక్కడా ఆటంకాలు లేకుండా ముందుకు వెళ్ళిపోతూ ఉన్నాడు.

ఈ పర్యాయం సంబజ్జగౌడకు నగరపు దారిని పరిశీలనగా చూసే అవకాశం దక్కింది. మొత్తం నగరం చుట్టూ శత్రుదుర్భేద్యమైన రాతిగోడ నిర్మింపబడింది. ఈ రాతిగోడ లోపలివైపు మళ్ళీ అనేక ప్రాకారాలున్నాయి. రాతి గోడచుట్టూ అగడ్త ఉంది. మొదటి వలయానికీ, నగర ద్వారానికీ మధ్య చాలా దూరం ఉంది. ఈ మధ్య ప్రదేశంలో వరిపొలాలు, అనేక రకాల పళ్ళ తోటలు,

ఆకు తోటలు ఉన్నాయి. పంటపొలాలపైనుండి వీస్తున్న చల్లని గాలులు ఆపంటల ఉనికిని తెలుపుతున్నాయి. నీరు పుష్కలంగా పారుతోంది. విజయనగర రాజులు వ్యవసాయ పొలాలకు నీరు అందించడంలో చూపుతున్న శ్రద్ధ సంబజ్జగౌడ కళ్ళకు ప్రత్యక్షంగా కనిపిస్తోంది. పంట కాలువలలో పారుతున్న నీటి శబ్దం వినసొంపుగా ఉంది.

ఇరువురూ రాజభవనం చేరుకొన్నారు. రాజభవనంచుట్టూ ప్రాకారం ఉంది. ప్రధానద్వారం వద్ద చాలామంది ద్వారపాలకులు ఉన్నారు. వారి చేతుల్లో తోలుకొరడాలు, కఱ్ఱలు, బల్లేలు, పొడవాటి కత్తులున్నాయి. రక్షకభట అధికారి అనుమతి లభించిన పిమ్మట సేనాని వారిరువురినీ రాజ ప్రసాదంలోపలకు తీసుక వెళ్ళాడు. రాజు తెల్లని బట్టలు ధరించాడు. ఆ బట్టలపై బంగారు గులాబీలు అల్లబడ్డాయి. మెడలో విలువైన వజ్రాల హారముంది. చాలా విలువైన జరీబుటా పట్టువస్త్రంతో తయారుచేసిన కుల్లాయిని తలపై ధరించాడు. సింహాసనంపై ఆసీనుడైయున్న అళియ రామరాయలు ఇద్దరనూ దరహాసంతో ఆహ్వానించాడు. సంబజ్జగౌడను సమీపానికి పిలిచి తాకాడు. రాజు అలాతాకడం గొప్ప ప్రేమను ప్రదర్శించినట్లు. దొడ్డసంకణ నాయక రాజు గారికి కానుకలు సమర్పించాడు.

"నీ వీరత్వం గురించి విన్నాం. దసరాఉత్సవాలో ప్రత్యక్షంగా చూశాం. నీగురించి వేగులు అందించిన సమాచారం కూడా గొప్పగా ఉన్నది. గ్రామహితమును కోరే ఉత్తమవ్యక్తి అని తెలిసినది. అంతకుమించి విలువిద్యలో, కత్తిసాములో నేర్పరివని కూడా తెలిసింది. నిన్ను మా అంతరంగిక అంగరక్షకుడిగా కైజీతమునకు (నగదును జీతముగా ఇచ్చు పద్ధతి) నియమిస్తున్నాను."

"ఆజ్ఞ ప్రభూ! తమరి సన్నిధిలో సేవచేసే అవకాశం దొరికినందులకు చాలా సంతోషముగా ఉంది. మీ ప్రాణమునకు నా ప్రాణంఅడ్డు అని ప్రమాణం చేస్తున్నాను"

"ప్రధాన సైన్యాధిపతీ! ఇతడిని తక్షణమే విధులలోకి తీసుకొనండి. నివాసపు ఏర్పాట్లు చేయండి. నిర్వహించవలసిన విధుల గురించి తెలియజెప్పండి." అని ఆదేశాలు జారీచేశాడు.

దొడ్డసంకణ నాయకకు బంగారు తాపిన, వజ్రాలు పొదగిన రెండు చామరాలు (వింజామరలాగా వీచే ఉపకరణలు) బహుమతిగా ఇచ్చాడు.

రాజు ఆ రెండు చామరాలను నేలపై పెట్టాడు. దొడ్డసంకణ నాయక రాజుగారి పాదాలను చుంబించాడు. రాజు తన పాదాలను ముద్దు పెట్టనివ్వడం ఆవ్యక్తికి రాజు ఇచ్చే అతిపెద్ద గౌరవం. సంబజ్జగౌడ వంటి ఒక వీరుడిని ఆస్థానమునకు ఒక గొప్ప బహుమతిగా తెచ్చినందులకు దొడ్డసంకణ నాయకకు ఈ గౌరవం దక్కింది.

రాజుగారి ఆదేశాలమేరకు సైన్యాధిపతి సంబజ్జగౌడకు అన్ని ఏర్పాట్లు చేసి, విధినిర్వహణ గురించి వారంరోజులు స్వయంగా శిక్షణ ఇచ్చాడు. రాజప్రసాదంనందు తనకు అందరూ ఇస్తున్న విలువను చూసి సంబజ్జగౌడ పొంగిపోయాడు. అళియ రామరాయల అంగరక్షకుడు కావడం కారణంగా రాజప్రసాదంలోనూ పరపతి పెరిగింది. సాధారణంగా రాజు నాలుగు రకాల కొలువులను నిర్వహిస్తుంటాడు. రహస్య సమావేశాల నిర్వహణకు సంబంధించిన కొలువును ఏకాంతపు కొలువు అంటారు. రాజు ఉదయం నిద్రలేచిన పిదప వ్యాయామం చేస్తాడు. తరువాత బ్రాహ్మణుడు రాజుకు స్నానం చేయిస్తాడు. స్నానాదికాలు ముగిసిన పిమ్మట పూజ నిర్వహణ నిమిత్తం నామతీర్థపు కొలువును నిర్వహిస్తారు. రాజపురోహితుడి ఆధ్వర్యంలో ఈకొలువు జరుగుతుంది. తదుపరి నిండుకొలువు జరుగుతుంది. ఈ కొలువులో సంబజ్జగౌడ రాజు వెనకాలే నిల్చొని ఉంటాడు. రాజు నిండుకొలువులో కూర్చున్న వెంటనే బయట వేచిఉన్న ప్రభువులు ఒక్కొక్కరే తమ పరిజనంతో లోపలికి ప్రవేశించి రాజుకు అభివాదం చేస్తారు. రాజు ప్రక్కన సేవకులు తాంబూలం, ఖడ్గం, రాజలాంఛనాలు పట్టుకొని నిలబడి ఉంటారు. గుర్రపు వెంట్రుకలతో చేసిన రంగుచామరాలతో చెలికత్తెలు వీస్తారు. ఈ చామరాల పిడులు బంగారురేకు తాపినవైనందున మెరుస్తుంటాయి. మధ్యహ్నాన సమయానికి నిండుకొలువు ముగుస్తుంది. రాత్రిపూట జరిగే కొలువును దీపటికొలువు అంటారు. సంబజ్జగౌడ ఈనాలుగు రకాల కొలువులో పాల్గొనే అవకాశమును కలిగి ఉన్నాడు.

సంబజ్జగౌడకు క్రమక్రమంగా రాజభవనంలోని వెలుగు నీడలు అనుభవంలోకి రాసాగాయి. అళియ రామరాయలకు సంబందించిన అనేక విషయాలు సంబజ్జగౌడకు తెలిశాయి. సదాశివరాయలు పేరుకు మాత్రమే రాజు. సమస్త అధికారాలు అళియ రామరాయల చేతుల్లోనే ఉన్నాయి. అళియ రామరాయలు ఘటనాఘటన సమర్థుడు. కాకలుదీరిన యోధుడు. రాజనీతి చతురుడు. గోల్కొండలోని కులీకుతుబ్ ఉల్‌ముల్క్ ఆస్థానంలో సేనాపతిగా

పనిచేసి తన రాజనీతి చతురతను నిరూపించుకున్నవాడు. బహుమనీ రాజకీయాలపై స్పష్టమైన అవగాహన వున్నవాడు. ఆదిల్షాతో జరిగిన యుద్ధంలో కులీ కుతుబ్ ఉల్‌ముల్క్ ఓడినపుడు అళియ రామరాయలు అవమానింపబడి ఆత్మాభిమానంతో ఆ కొలువు చాలించి శ్రీకృష్ణదేవరాయలను ఆశ్రయించాడు.

శ్రీకృష్ణదేవరాయలు అనతి కాలములోనే అళియ రామరాయల శక్తియుక్తులు గ్రహించాడు. విజయనగర సామ్రాజ్యానికి రామరాయలు వంటివారు అవశ్యం అని గుర్తించి ఉన్నత పదవిలో నియమించడమే కాక తన కూతురునిచ్చి వివాహం చేసి రామరాయలను అళియ(అల్లుడు) రామరాయలుగా చేశాడు. శ్రీకృష్ణదేవరాయాల మరణాంతరం అళియ రామరాయలు సింహాసనం అధిష్టించడానికి ప్రయత్నంచేసి ప్రజావ్యతిరేకత వలన సదాశివరాయలను రాజును చేశాడు. అయినప్పటికీ విజయనగరానికి మకుటం లేని మహారాజుగా వర్ధిల్లినాడు.

అళియ రామరాయలు వాస్తవిక ఆలోచన ఉన్నవాడు. ఆస్థానంలో వంశపారంపర్యంగా పదవులు అనుభవిస్తున్న వారిని తొలగించి తనకు విశ్వాసులు అయిన వారిని నియమించుకొన్నాడు. ముస్లింలు యుద్ధాలలో తెగించి పాల్గొనడం చూసి తన సైన్యంలో వారిని అధికసంఖ్యలో నియమించుకొన్నాడు. లక్ష్యసాధన పట్ల అతనికి ఎంత చిత్తశుద్ధి ఉందంటే తురకవాడలలో గోవధను అంగీకరించాడు. తన చినతిమ్మ రామరాజు, విఠలుల నాయకత్వంలో సైన్యాన్ని దండయాత్రకు పంపి కొచ్చిన్, తిరువాన్కూర్ ప్రాంతాల పాలకుల నుండి కప్పం వసూలు చేశాడు. శాన్తోం, గోవాలపై దాడులు చేసి పోర్చుగీసువారి నుండి కప్పం వసూలు చేశాడు. ఈ విధంగా ప్రోగుపడిన సంపద తళుకులను సంబజ్జగౌడ రాజభవనంలో చూస్తున్నాడు.

అక్కడ వాడే పాత్రలు, కూజాలు అన్నీ బంగారుతో చేసినవే. పీటలకు, నిదురించే మంచాలకు వెండితాపడం చేశారు. రాజు నిదురించే మంచంకాళ్ళకు బంగారుతాపడం చేశారు. పరుపులు పట్టువి. బాలీసుల అంచులను ముత్యాలతో కుట్టారు. కాళ్ళ వైపు, తలవైపున ఉండే దిండ్లు పట్టు వస్త్రంతో కప్పబడి ఉన్నాయి. ఇది భౌతిక విషయాలకు సంబంధించిన వైభవం.

బయటకు కనిపించే అంతఃపురవైభవం వెనుక కన్నీరు ఉన్నట్లు

తొందరలోనే సంబజ్జగౌడకు బోధపడింది. రాణులకు ఎవరి మందిరాలు వారికున్నాయి. తమ రాజ్యంలో ఎవరైనా ఒక అందమైన అమ్మాయి రాజు దృష్టిలో పడిందంటే చాలు ఆ అమ్మాయి తల్లిదండ్రులకు కానుకలు ఇచ్చి ఆ అమ్మాయిని అంతఃపురానికి తీసుకొస్తారు. ఆ తరువాత ఆమె తిరిగి తన తల్లిదండ్రుల మొఖం చూసే అవకాశమే ఉండదు. తల్లి దండ్రులకు దూరమైన ఆ అమ్మాయికి ఇక్కడి వైభవం ఆనందాన్ని ఇస్తుందా అన్నది సందేహమే? అంతఃపురంలో మహారాణులు, గొప్ప ప్రభువుల కుమార్తెలు, ఉంపుడుగత్తెలు, దాసీలు ఉన్నారు. రాజు తనరాక సమాచారాన్ని నపుంసకుల ద్వారా రాణులకు పంపుతాడు. రాజులు అనేక మంది భార్యలను కలిగి ఉండడం ఒక హోదాగా భావిస్తారు. వేలమందిలో ఒకరిగా ఏగుర్తింపు లేకుండా ఉండడం వారికి ఎంత బాధను కలిగిస్తుందో వారి ముఖాలలో వ్యక్తం అవుతూ ఉంటుంది.

అళియ రామరాయలకి అనేక మంది భార్యలున్నారు. అంతకు మించి ఉంపుడుగత్తెలున్నారు. వారిని చూసినపుడంతా సంబజ్జగౌడకు ముద్దుకుప్పాయే గుర్తుకువస్తోంటుంది. అందుకే తను ఎన్నవభార్యో కూడా తెలియకుండా ఉండే పరిస్థితి వల్లనే అనేక మంది దండానాయకులు వివాహప్రతిపాదన చేసినా తిరస్కరించానని ముద్దుకుప్పాయి తనకు చెప్పిన విషయం గుర్తుకు తెచ్చుకొన్నాడు. అందులో పట్టమహిషితో సహా అందరి జీవితం విషాదంగా వున్నట్లు గ్రహించడానికి అతడికి ఎంతోకాలం పట్టలేదు.

రాజభవనంలో రాజసేవ కోసం ఐదారు వందలమంది పరిచారికలు, కొజ్జాలున్నారు. రాజుగారిలాగానే రాణులకు కూడా అంతఃపురంలో స్వంతసిబ్బంది, పరిచారికలున్నారు. అయితే వీరంతా స్త్రీలు, కొజ్జాలు. ఒక మగపురుగు కూడా లోపలి వెళ్ళడానికి అనుమతి ఉండదు. అనుమానమే దీనికంతటికి మూలమని సంబజ్జగౌడ గ్రహించాడు. అంతఃపురంలోని స్త్రీలకళ్ళు కాంతివిహీనంగా ఉండడాన్ని గమనించాడు.

రాత్రిపూట జరిగే దీపటి కొలువు పూర్తి అయిన తరువాత సంబజ్జగౌడ తనకు కేటాయించిన విడిదికి వెళతాడు. అప్పుడు కాని అతడికి ముద్దుకుప్పాయి గురించి ఆలోచించే సమయం దొరకదు. ఆమె తలంపులు తనకు నిద్దుర రాకుండా చేస్తున్నాయి. ముద్దుకుప్పాయి గురించి ఆలోచించినప్పుడు అతని హృదయం ఆనందంతో నాట్యం చేస్తుంది. ప్రపంచమంతా నిద్ర పోతున్నప్పుడు తను మేల్కొని ఆమె గురించి ఆలోచిస్తాడు. ఆమె కూడా అతని గురించి ఆలోచిస్తూ ఉందని ఆకాశంలోని నక్షత్రాలు

అతడితో చెబుతాయి. ఆమె కౌగిలింత జ్ఞాపకం అతడిని ఉక్కిరి బిక్కిరి చేస్తుంది. అమె గురించిన ఆలోచనలు అతడిని మెలకువగా ఉంచుతాయి. రాత్రుల్లలోనే పగటి కలలు కనే స్థితి ఏర్పడింది. ప్రస్తుతం సంబజ్జగౌడకి ముద్దుకుప్పాయే ఏకైక ఆలోచన.

ఒక్కోసారి అతడికి తను ఒంటరి అనిపిస్తోంటుంది. అలా అనుకొన్నప్పుడు కన్నీళ్లు గుండె నుండి వస్తాయి. ఒక్కోసారి పిచ్చిపట్టినట్లు అనిపిస్తోంది. ఆ పిచ్చి వివాహం ద్వారానే నయమవుతుందని అతనికి తెలుస్తోంది. ఆమెతో తను చెప్పవలసిన విషయాలను పదేపదే మననం చేసుకొంటున్నాడు. ఎప్పుడు ఆనెగొందికి వెళదామా? అన్న ఆత్రుత రోజురోజుకూ ఎక్కువ అవుతోంది. విరహాన్ని భరించడం సాధ్యం కాకున్నది. ఆనెగొందికి వెళ్ళడానికి అనుమతి అడుగుటకు భయమౌతోంది. ఒక వైపు మంచి కొలువు దొరికిందనే సంతోషం, మరోవైపు ముద్దుకుప్పాయిని కలువలేక పోతున్నాననే దిగులు. ప్రతిరోజూ దేవాలయంలో తన రాకను తెలిపే బాణపు గుర్తుకోసం ఎదురుచూస్తోంటుంది కదా పాపం అనుకొంటున్నాడు. ప్రధాన సేనానికి చెప్పి అనుమతి ఇప్పించమని అడగవలెనని నిర్ణయించుకొంటాడు. కానీ ఉదయం విధులకు హాజరు అయ్యేప్పటికి అక్కడి పరిస్థితులు అడగడానికి అవకాశం ఇవ్వని విధంగా ఉంటాయి. సంబజ్జగౌడ ఇలా ఏకాంతంగా నిదురలేని స్థితిలో ఆలోచిస్తూ విజయనగరలో ఉన్నప్పుడే...

ఆనెగొందిలో ముద్దుకుప్పాయి కూడా సంబజ్జగౌడ గురించి ఆలోచిస్తోంది. ఆమెకూ నిదురలేని రాత్రుల సంఖ్య లేక్కలేని విధంగానే ఉ ంది. ఈ సమయంలో సంబజ్జగౌడ ఏమిచేస్తూ ఉంటాడో అనే ఆలోచనలతోనే అనుక్షణం గడుపుతోంది. ప్రేమ అనేది ఎప్పటికి ముగియని పాట అనీ, తమది నిజమైన ప్రేమ అనీ, అది అన్నింటినీ భరిస్తుందనీ, అది తప్పక విజయం సాధిస్తుందనే నమ్మకం ఆమెకు ఉంది. పురుషులు ప్రేమ గురించి సిద్ధాంతీకరిస్తారు, స్త్రీలు ప్రేమ అభ్యాసకులుగా ఉంటారనేది నిజమేనని అనిపిస్తోంది. ముద్దుకుప్పాయికి సంబజ్జగౌడ ఒక అద్భుతం. ప్రేమ ఉంటేనే జీవితం ఉంటుందనేది ఇప్పుడు ఆమెకు తెలుస్తోంది. ప్రేమ అనేది ఇద్దరు ఆడగల, ఇద్దరూ గెలవగల ఆట. సంబజ్జగౌడను గుర్తుచేసుకోవడం ఆమెకు వర్షం తరువాత వెచ్చని అనుభూతిని ఇచ్చే సూర్యరశ్మిలా ఉంటోంది.

ఆమె అతడి గురించి ఆలోచించినప్పుడంతా ఒక నక్షత్రం రాలిపోయినట్లైతే ఈపాటికి ఆకాశం ఖాళీ అయ్యుండేది. ఆమె అతడితో

మాట్లాడకుండా రోజులు గడచిపోతున్నాయి. అతడిని చూడకుండా నెలలు గడచిపోతున్నాయి. కానీ అతడి గురించి ఆలోచించకుండా ఒక క్షణం కూడా గడవడం లేదు. సంబజ్జగౌడ మైళ్ళ దూరంలో ఉన్నప్పటికీ అతడి ఆలోచనలు, స్పర్శ అమె హృదయంలో ఉన్నాయి. అందుకే మైళ్ళ దూరంలో ఉన్నప్పటికీ వారిరువురూ ఎల్లప్పుడూ సమీపంలో ఉన్నట్లుగానే ఉంది. ముద్దుకుప్పాయి హృదయం సంబజ్జగౌడ ఆలోచనలలో కూరుకుపోయింది.

ప్రతిరోజూ ఉదయం సీకాయ పులిమి నూనెజిడ్డు పోవునట్లు తలనుదువ్వి మడివస్త్రాలు ధరించి తోటలో అనేక రకాల పూలను, ఆకులను కోసి మాలగాకట్టి పూలసజ్జేతో శ్రీరంగనాథస్వామి దేవాలయానికి బయలు దేరుతుంది. దేవాలయానికి వెళుతున్న ప్రతిరోజూ ప్రధానద్వారం దగ్గర సంబజ్జగౌడ రాకను సూచించే బాణపు గుర్తుకోసం ఆత్రుతగా చూస్తోంది. శ్రీరంగనాథస్వామిని సంబజ్జగౌడ క్షేమం గురించి ప్రతిరోజూ ప్రార్థిస్తోంది. తమ వివాహం జరగాలని స్వామిని కోరుకొంటూ సిరిమాను ఆడతానని మొక్కుకొన్నది. స్త్రీలు మారతారని ఆశతో పురుషులు, పురుషులు మారరు అనే ఆశతో స్త్రీలు వివాహం చేసికొంటారు. కానీ ప్రతిఒక్క స్త్రీ పురుషులు ఈ విషయంలో నిరాశ చెందుతారు. సంబజ్జ – ముద్దుకుప్పాయి విషయంలో కూడా అలానే జరుగుతుందా? ముద్దుకుప్పాయి నిరీక్షణ ఫలిస్తుందా? సంబజ్జగౌడ తిరిగి ఆనెగొందికి వస్తాడా? కాలమే దీనికి సమాధానం చెప్పాలి.

4

ముద్దుకుప్పాయి పసుపుతో గీసిన బాణం గుర్తు కోసం కోవెలకు వెళ్ళిన ప్రతిరోజూ ఆత్రుతతో చూస్తూనే ఉంది. అలా ఆరుమాసాలు గడిచాయి. శుక్రవారం రోజున దేవాలయ ప్రధాన ద్వారం కుడివైపున పసుపుతో గీసిన బాణపుగుర్తు కనిపించింది. ముద్దుకుప్పాయి ఆనందానికి అవధులు లేవు. ఆ రోజున ఆరుమాసాల ఎదురుచూపులు ఫలించినందుకు శ్రీరంగనాథుడికి ప్రత్యేక పూజలు చేసింది. మురిపెముతో మరో రెండు కృతులు అభినయించింది.

ఈ పర్యాయం హొన్నమాహాద్వార దగ్గర ముద్దుకుప్పాయే ముందుగా చేరుకొని సంబజ్జగౌడ కోసం ఎదురుచూస్తోంది. సంబజ్జగౌడ పర్షియా గుర్రంపై రాకుమారుడిలా వస్తూ ఉండడాన్ని ముద్దుకుప్పాయి ఆశ్చర్యంతో చూస్తోంది. గుర్రంపై నుండి ముద్దుకుప్పాయిను స్వారీకు రమ్మని సైగ చేసాడు.

సిగ్గుతో ముద్దుకుప్పాయి "నాకు భయం వద్దు" అంది. గుర్రందిగి ముద్దుకుప్పాయి పక్కనవచ్చి కూర్చొన్నాడు. గతంలో ఉన్నబెరుకు ఇప్పుడు అతనిలో లేదు.

"ఉచితరీతి గౌరవమే దక్కినట్లున్నది" అంది

"ఎలా కనిపెట్టావు?"

"నీవు ఎక్కివచ్చిన పర్షియా గుర్రము చాలు దక్కిన స్థానం ఏమిటో ఊహించడానికి"

"అమ్మో! నీ ఆలోచనలు ఎంత చురుకో"

"నీ శస్త్ర నైపుణ్యం ముందు అవెంత? పోనీలెద్దూ.."

"నీకు చంద్రుడు కావాలా? ఒక్కమాట చెప్పు, నేను తాడు విసిరి క్రిందికి లాగుతాను."

"ఆహా! మాటలు కోటలు దాటుతున్నాయి"

"ప్రగల్భాలుకావు అవి. నేను విజయనగరలో ఉన్నన్ని రోజులూ నీతో ఉండటమొక్కటే నేను సంతోషకరమైన జీవితాన్ని గడపడానికి ఏకైక మార్గమని బోధపడింది. స్పష్టంగా చెబుతున్నా. నేను నీ మనిషిని" అన్నాడు.

ఆమాట అన్నవెంటనే హఠాత్తుగా సంబజ్జగౌడను హత్తుకొని బుగ్గపై ముద్దు పెట్టింది. "నేను ముద్దుపెట్టుకున్న మొదటివాడివి నువ్వే. చివరివాడవూ నీవే కావాలని కోరుకొంటున్నాను. మనం ఎంతో దగ్గరైపోయినట్లు అనిపిస్తోంది."

"నా మొత్తం గత జీవితంలో నేను ఎప్పుడూ సంతోషంగా లేనని నాకు తెలిసేలా చేసిన ముద్దు ఇది. నేను నిన్ను ప్రేమిస్తున్నాను." అన్నాడు తన్మయత్వంతో.

"నీ రాకతో నేను జీవించడం ప్రారంభించాను. నీవు విజయనగరలో ఉన్నప్పుడు నాకు జీవించి నట్లుగానే లేదు. నీవు లేకుండా వంద సంవత్సరాలు జీవించడం కంటే రేపు చనిపోవడమే నాకు ఇష్టం" అన్నది.

ముద్దుకుప్పాయిని వెనుకనుండి కౌగిలించుకొని ఆమెనోటిని తనచేత్తో మూస్తూ "అలాంటి మాటలు మాట్లాడకు. నీవు లేకుండా నేను జీవించలేను."

"నేను ఒకటి చెప్పనా? నాకు ఇలాంటి వాడే కావాలనుకొనే దానిని. నా మనసుకు పూసిన కలలన్నీ నీ ద్వారా నెరవేరుతాయనే నమ్మకం కలిగింది" అంటూ "సరే ఇక వదలండి. నాకు బిడియంగా ఉంది" అంది.

"నీలాంటి అమ్మాయిలు సరసాలాడటం కోసం సృష్టించబడరు.

ప్రేమ కోసం సృష్టించబడతారు.” అంటూ వదలివేశాడు.

“రాజాస్థానంలో కొలువు రావడంతో అక్కడి సాహిత్యపు వాసనలు నిన్నూ అంటుకున్నాయన్న మాట”

“అది నీ నుండి అబ్బినది. కవి ఇంటిపై వాలిన కాకికి కూడా కవిత్వం వస్తుందటగా” అని నవ్వుతూ అన్నాడు.

“సరే. రాజనగరి విశేషాలు ఏమిటి?

“ఓ... చెప్పాల్సినవి చాలా ఉన్నాయి. నిన్ను కలసిన మూడు రోజుల తరువాత దొడ్డసంకణ నాయకుడి ద్వారా విజయనగర వెళ్లాను. వెంటనే రాజుగారి దర్శనం లభించడాన్నిబట్టే ఏదో ముఖ్యపదవి ఇవ్వవచ్చని దొడ్డసంకణ నాయకుడు ఊహించాడు. మమ్ములను అళియ రామరాయల ఆస్థానంలో ప్రవేశపెట్టారు. సదాశివరాయలు పేరుకు మాత్రమే రాజు. అధికారం అంతా శ్రీకృష్ణదేవరాయల అల్లుడు అయిన అళియ రామరాయలదే. నన్ను అళియ రామరాయలకు కైజీతానికి ప్రధాన అంగరక్షకుడిగా నియమించారు. ప్రతిరోజూ అంతఃపురంలో నాలుగు రకాలైన కొలువులు జరుగుతూ ఉంటాయి కదా. ప్రధాన అంగరక్షకుడిగా నాకు అన్ని కొలువుల్లో పాల్గొనే అవకాశం ఉంటుంది. పరపతికీ, మర్యాదకు, మన్ననలకు కొదువలేదు. సౌకర్యాలకు అంతులేదు. కాకపోతే కొలువులో చేరిన సమయమే కొంచెం క్లిష్టమైనది. ఇప్పుడు విజయనగరను యుద్ధ మేఘాలు కమ్ముకొంటున్నాయి” అన్నాడు.

“యుద్ధమా? అది రాజ్యాన్ని నాశనం చేస్తుంది. జయాపజయాలతో దానికి పని లేదు. ఓడినవాడు ఎంత నష్టపోతాడో గెలిచినవాడూ అంతే నష్టపోతాడు గదా!”

“నీవన్నది నిజమే! సుదీర్ఘ యుద్ధం నుండి ఏ రాజ్యం కూడా ప్రయోజనం పొందిన సందర్భం లేదు. పంచ పాదూషాలుగా పిలువబడే అహమ్మద్‌నగర్, బీజాపూర్, బీదర్, బేరార్, గోల్కొండ నవాబులు అందరూ ఒక్కటయ్యారట. అళియ రామరాయలు మాత్రం బీజాపూర్ నవాబును తన ఒడిలో కూర్చోండబెట్టుకొని పాలు త్రాపించి కన్నకొడుకులా పెంచానని, గోల్కొండ నవాబుకు ఆపద సమయంలో సహాయం చేశాననీ వారు తనకు ద్రోహం చేయరనే విశ్వాసంతో ఉన్నాడు. కాని వేగుల వర్తమానాలు అందుకు

విరుద్ధంగా ఉన్నాయి."

"యుద్ధాలు మీరు కోరుకున్నప్పుడు ప్రారంభమవుతాయి. కానీ మీరు కోరుకున్నప్పుడు అవి ముగియవు."

"యుద్ధం నాలో గుబులు పుట్టిస్తోంది. మన భవిష్యత్తు ప్రశ్నార్థకం అవుతుందేమోననే భయం వుంది"

"ఛ! భయమెందులకు? యుద్ధం అనివార్యమైనపుడు వీరుడి కర్తవ్యం రాజ్యరక్షణయే కదా! అందునా విజయనగర సైన్యం అంటే అపజయమే లేదు. శ్రీరంగనాథుడి దయవలన యుద్ధం వద్దనే కోరుకొందాం. తప్పనప్పుడు సిద్ధంగానే ఉండాలి. విజయనగర ప్రభువులకు ఆవిరూపాక్షుడి కరుణాకటాక్షాలు తప్పక ఉంటాయి. అందునా అళియ రామరాయలు ఇలాంటి విషయాలలో కడుసమర్థుడు"

"నువ్వన్నదీ నిజమే."

"సంబజ్జా! మన ప్రేమ విషయం పట్టణంలో అందరికీ తెలిసింది. సంబరపడిన మన మిత్రులు ఈ విషయాన్ని పట్టణం అంతా చాటింపు వేసినట్లున్నారు. నీవు రాజప్రసాదంలో ఉండడం వలన మన వివాహానికి అభ్యంతర పెట్టువారు ఎవరూ ఉండక పోవచ్చు. ఆ శ్రీరంగనాథుడిని ఇప్పుడే వేడుకొంటున్నాను. నీకు యుద్ధంలో విజయం చేకూరాలని, మన ప్రేమ సఫలం కావాలనీ వచ్చే పౌర్ణమి రోజున సిరిమాను సేవచేస్తాను"

"సిరి ఆడకుండా నేను నిన్ను ఆపలేను. అది దైవధిక్కరణ అవుతుంది. నాకోసం నీవు పడుతున్న ఆరాటం నన్ను మరింత ముగ్ధుడిని చేస్తోంది. నిన్ను పొందబోవడం నా పూర్వజన్మ సుకృతం"

"ఆమాటను నీవు చెప్పవలసినది కాదు, నేను చెప్పాలి. ఉత్తమమైన ప్రేమ ఆత్మను మేల్కొలుపుతుంది. అది మనల్ని మరింత దగ్గర చేస్తుంది, అది మన హృదయాలలో అగ్నిని నాటుతుంది. అదే సమయంలో మనస్సులకు శాంతిని కలిగిస్తుంది. ఆవిధమైన శాంతిని నీకు ఎప్పటికీ ఇవ్వాలని ఆశిస్తున్నాను. సరే! సమయమౌతోంది. పౌర్ణమి సమీపాన్నే ఉంది. శ్రీరంగనాథుడి దేవాలయంలో కలుద్దాం." అంటూ ముద్దుకుప్పాయి అక్కడి నుండి ఇంటికి బయలు దేరింది.

*****

మన దేశపు స్త్రీలు దేవతలను, దేవుళ్ళను ప్రసన్నులను చేసుకోవడం కోసం సాహస చర్యలకు పూనుకొంటారు. ఒక స్త్రీ ఏపురుషుడినైనా ప్రేమించి పెళ్లి చేసుకోదలచితే అతణ్ణి తనకు భర్తగా ప్రసాదిస్తే తను సిరిమాను మొక్కు చెల్లిస్తానని మొక్కుకొంటుంది. ఆ మొక్కును చెల్లించడానికి ఒక సుముహూర్తం నిర్ణయిస్తారు. సిరి అంటే సంపద, లక్ష్మి. మాను అంటే దుంగ, మొద్దు, దూలము అని అర్థం. ఇది దాదాపు అరవై అడుగుల పొడవు ఉంటుంది. ఈ దుంగను/దూలాన్ని ఎక్కడ నుండి సేకరించాలో రెండు వారాల ముందుగానే పూజారి చెబుతాడు. అతడు చెప్పిన స్థలం నుండి మాత్రమే ఈ దుంగను సేకరించాలి. సంబజ్జగౌడ, బైరప్పగౌడలు శ్రీరంగనాథస్వామి దేవాలయ అర్చకులు సూచించిన చోటు నుండి దుంగను తీసుకొని వచ్చారు.

శనివారం, శ్రీరంగనాథుడి కోవెల కోలాహలంగా ఉంది. దేవాలయం మామిడి ఆకులతో, అరటి గెలలతో అలంకరింపబడింది. దేవాలయ ప్రాంగణమంతా జనంతో క్రిక్కిరిసి ఉంది. అక్కడ ఒక తిరణాల జరుగుతున్నదా అన్నట్లుగా సందడిగా ఉంది. సంబజ్జగౌడ సిడిమాను సేవకు కావలసిన ఏర్పాట్లు అన్నీ పూర్తిచేశాడు. బైరప్పగౌడ అలంకరించిన ఎద్దులబండిపై మానును, దానికొసన ఇనుపకొండిని తగిలించి కోవెల దగ్గరకు ఊరేగింపుగా తీసుక వస్తున్నాడు. ముద్దుకుప్పాయి తన తల్లి వెంటరాగా తన బంధువులతోనూ ఇరుగుపొరుగు వారితోనూ మంగళ వాయిద్యాలతో దేవాలయ ప్రాంగణంలోకి వచ్చింది. దేవాలయం బయట రకరకాల అంగళు వేశారు. ఆటగాళ్ళూ, వాయిద్యగాళ్ళూ, పాటగాళ్ళూ, నృత్యగాళ్ళూ, భజనలు చేసేవాళ్ళూ , కోలాటాలు వేసేవాళ్లూ సిరిమానును తెస్తున్న బండి ముందు వారి వారి కళారూపాలు ప్రదర్శిస్తూ నడుస్తున్నారు.

ఆమె సిడిస్తంబం వద్దకు వెళ్ళింది. ఇనుపకొండిని వీపుచర్మము లోపలకు గుచ్చారు. సిడిని పైకి ఎత్తారు. ఆమె ఎడమచేతిలో చిన్నబాకును ధరించింది. గిరికను స్తంబానికి తగిలించి ఆమెను సిడిపైకి లాగారు. ముద్దుకుప్పాయి గాలిలో కొండికి వ్రేలాడుతున్నది. ఆమె కొక్కెమునకు వ్రేలాడుతుండగా జనం జయజయధ్వనాలు చేశారు. రక్తము కాళ్ళ పొడవునా కారుతున్నా ఆమె ఏమాత్రం బాధను ప్రదర్శించడం లేదు. సరికదా దైవస్మరణ చేస్తూ ఎడమచేతిలోని బాకును తిప్పుతూ, కుడి చేతితో నిమ్మకాయలను తన ప్రియుడు సంబజ్జగౌడ పైకి విసరుతోంది. ప్రజలు ఆమెభక్తికి పరవశులై ఆమెపై గులాబీపూలను చల్లుతున్నారు. గాలిలో వేలాడుతున్న ముద్దుకుప్పాయిని

చూసి సంబజ్జగౌడకు ఏకకాలంలో దుఃఖం, సంతోషం, విస్మయమూ కలిగాయి. కొంతసేపటికి ఆమెను కిందకు దింపారు. గాయములకు పసుపు పూసి నేతవస్త్రంతో గట్టిగా కట్టుకట్టారు. దేవాలయం లోపలకు సంబజ్జగౌడతో పాటు వెళ్లి పూజాది కార్యక్రమాలు నిర్వహించి బ్రాహ్మణులకు దక్షిణలు ఇచ్చింది. వేడుక చూడడానికి వచ్చిన ఆనెగొంది ప్రజలకు అన్నదానం చేసింది. భైరప్పగౌడను, భైలాంబికను నూతన వస్త్రాలతో సత్కరించింది. ముద్దుకుప్పాయికి సంబజ్జగౌడ పట్లగల ప్రేమను అందరూ మెచ్చుకొన్నారు.

5

"ప్రభూ! అలీఆదిల్షా మహాల్దారు తన యజమాని నుండి ఒక లేఖను తీసుకవచ్చి మహాద్వారం దగ్గర తమ అనుమతి కోసం వేచి ఉన్నారు" అని దళవాయి దర్బారులో ఉన్న అళియ రామరాయలకు విన్నవించాడు.

రాజు దళవాయితో "అలీఆదిల్షా మహాల్దారుకు జానోటి చావడి, హజార చావడీలకు వెలుపల ఆనంద మహల్‌లో విడిది ఏర్పాటు చేయండి. అతని హోదాకు తగినట్లుగా ఖర్చులు చెల్లించండి. అతనికి ఏలోటు లేకుండా చూడండి" అని ఆజ్ఞ జారీ చేశాడు.

రాజు ఆదేశానుసారం దళవాయి మహాల్దారును ఆనంద మహల్‌కు పిలుచుకొని వచ్చాడు. ఖర్చులకు డబ్బు ఇచ్చాడు. సకల సదుపాయాలు కల్పించి విషయం రాజుకు తెలియపరిచాడు.

ఆనంద మహల్‌లో విడిది చేసిన మహాల్దార్ వేకువనే నిద్రలేచి చేతులు ముఖం కడుగుకొని నమాజ్ చేసికొన్నాడు. రాజు తనకు వెంటనే దర్శనం ఇవ్వకపోవడాన్ని గురించి అవమానంతో రగలిపోతున్నాడు. నా ప్రభువు లేఖను అందుకోవడానికి నాకు తక్షణ అనుమతి ఇవ్వలేదు అంటే తనను అవమాన పరచినట్లే అని భావిస్తున్నాడు. అయినా ఏనుగును ఎక్కాలి అంటే ఆ ఏనుగు పొడ్డూ, పొడవూ, బుద్ధి గురించి తెలిసి ఉండాలి కదా! అలాగే ఈ సమయంలో సంయమనం పాటించాలని అనుకొన్నాడు.

మళ్ళీ మరుసటి దినం రాజు గారితో తన రాకను తెలియపరుస్తూ మరో సందేశం పంపాడు. ప్రభువులు తను తెచ్చిన లేఖను స్వీకరించుటకు అంగీకారమును తెలియపరచలేదని, ఇది చాలా విచారకరమైన విషయం అనీ వీలైనంత త్వరగా దర్శనం ఇవ్వగలరని ఆ సందేశ సారాంశం. ఏదో ముఖ్యమైన సందేశం అవ్వడం వలననే ఇలా ఒత్తిడి పెడుతున్నాడని భావించి దర్శనానికి మహల్దారును తీసుకరమ్మని దళవాయికి రాజు ఆజ్ఞ ఇచ్చాడు.

మహమ్మదీయులు అవిశ్వాసులకు అభివాదం చేయరనే ఎరుకతో అళియ రామరాయలు తన సింహాసనం ప్రక్కన ఒక బంగారు ఆసనం వేయించి ఆ ఆసనంపై పవిత్ర ఖురాన్ గ్రంథాన్ని ఉంచాడు. అభివాదం చేయడంలో ముసల్మానులు ఇబ్బంది పడకూడదని అతని ఆలోచన. అభివాదం చేసిన ముసల్మానులు తమ పవిత్ర గ్రంధానికి అభివాదం చేశామనే భావన కల్పించుటకే ఈ ఏర్పాటు చేశాడు.

ఆలీఆదిల్షా మహల్దారు అళియ రామరాయలకు అభివాదం చేస్తూ "రాజాధి రాజులకు, అజాత శత్రువుకు సలాములు. ధర్మ రక్షణ కోసం ప్రతిన బూనిన మిమ్ములను నేనేమని స్తుతించగలను?" అని పొగడడం ప్రారంభించాడు.

అళియ రామరాయలు ఈ పొగడ్తలకు పొంగిపోయాడు. మహల్దారు తెచ్చిన లేఖలను తన స్థానపతికి ఇస్తూ "ఈ లేఖను చదవండి" అన్నాడు.

"నరపతులకు సలాములు. పితృసమానులైన ప్రభువులకు నమస్సులతో రాయునది. నా విషయంలో తమకు ఎటువంటి సందేహం వలదు. నేను తమరి దాసాను దాసుడను. తమరి గౌరవానికి భంగం కలుగకుండా విజయనగర రాజ్యప్రతిష్టకు భంగం రానీయకుండా నడచుకొంటాను. తమరు మీ వొడిలో నన్ను కూర్చుండబెట్టుకొని పాలు త్రాపించిన రోజులను నేనెట్లు మరువగలను? మీకు విశ్వాసంగా ఉంటానని మాట ఇస్తున్నాను" అని స్థానాపతి ఆ లేఖను చదివాడు.

ఆలీఆదిల్షా ప్రశంసలకు రాజు పరమానందభరితుడయ్యాడు. ప్రసన్నుడయ్యాడు. దర్బారు నిర్వహణ నిమిత్తం ఆనందమహలుకు బయలుదేరాడు. ఆనందమహలులో రాజు తన దర్బారీకులు, డెబ్బైరెండు నియోగాల వారి మధ్య సుఖాసీనుడయ్యాడు.

దళవాయి ఒకడు వచ్చి "తెలుగు దొమ్మరి వారి బృందం ఒకటి సభాసదుల సమక్షంలో తమ విన్యాసాల ప్రదర్శనకు అనుమతి కోరుతూ ఉన్నారు ప్రభూ" అని వినయంగా విన్నవించుకొన్నాడు.

"ప్రవేశపెట్టండి" అని రాజు అనుమతి ఇచ్చాడు.

దొమ్మరసానులు వెదురుగడలపైన ఆకాశంలో అప్సరసలు ఆడుతున్నారేమో అనేంత భ్రమను కలిగించారు. మధ్యలో ఒక పెద్ద వెదురు కర్రను, దానిని నాలుగు ప్రక్కలా నాలుగు బలమైన త్రాళ్ళతో లాగి నిలబెట్టారు. వారి దగ్గరున్న డోలును లయబద్ధంగా వాయిస్తుంటే, పిల్లలు రకరకాల పిల్లి మొగ్గలు వేశారు. చూడడానికి ఇది ఒక వ్యాయామ ప్రదర్శనగా కనిపించినా, దీనిని ఒక కళారూపంగానే భావించి ప్రజలు ఆనందం పొందుతూ ఉన్నారు.

యవ్వనంలోనున్న యువతుల పిల్లి మొగ్గలనూ, చేసే విన్యాసాలనూ అక్కడ ఉన్నవారు తన్మయత్వంతో చూస్తున్నారు. కేరింతలతో, కేకలతో, ఆడా, మగా, గోచీలు పెట్టి దండాలూ, జబ్బలూ చరుస్తూ అందరూ రకరకాల మొగ్గలు వేస్తున్నారు. గారడీ నాయకుడు కొట్టే డోలుకూ, వేసే కేకలకూ అనుగుణంగా రకరకాల విన్యాసాలు చేస్తున్నారు. ముఖ్యంగా స్త్రీలు ఎత్తుగా వున్న తీగ మీద వెదురుగడ ఊతంగా ఆ ప్రక్క నుంచి ఈ ప్రక్కకు, మొదట నెమ్మదిగా నడుస్తూ, తరువాత వేగంగా నడుస్తూ, తీగ మీద నుండి కిందికి పడి పోతారేమో అన్నంత భయాన్ని కలిగిస్తూ తమతమ నైపుణ్యాలను ప్రదర్శిస్తూ ఉంటే అందరకూ రోమాంచితంగా ఉంది.

ఎత్తుగా వున్న స్త్రీ, పురుషులు ఇరువురూ గబగబా వెదురుకర్ర పైకి ఎగబ్రాకి, శిఖరాగ్రం మీద నిలబడీ, కూర్చొనీ, పడుకునీ రకరకాల ఆశ్చర్యకరమైన విన్నాస్యాలనుచేస్తూ చూపరుల్ని, సంభ్రమాశ్చర్యాలలో ముంచెత్తుతున్నారు. అక్కడనుండీ పల్టీ కొట్టి ఎదురు గడకు కట్టిన త్రాటి మీద నుండి ఒక్క నిముషంలో వేగంగా జారి క్రిందకు వచ్చారు. అఖరిసారిగా గడ మీదకు స్త్రీ ఎగబాకి గిర్రున తిరిగుతూ, తన చాతుర్యాన్ని ప్రదర్శించింది. దొమ్మరి వారి ప్రదర్శన దాదాపు రెండుగంటలపాటు సాగింది.

రాజు మహాల్దారు వైపు చూస్తూ "ఎలా ఉన్నది ప్రదర్శన?" అని అడిగాడు.

"మిక్కిలి వినోదముగా ఉన్నది ప్రభూ! ఇటువంటి నిపుణులను పోషించే దయార్ధ్రహృదయం ఒక విజయనగారాధీశులకే చెల్లు" అని వినయంగా రెండు చేతులు జోడించి అభివాదం చేశాడు.

దళవాయి ఒక పళ్ళెములో ఆకులు, వక్కలు, కానుకలు తెప్పించి వారికి ఇచ్చాడు. దొమ్మరివాడు రాజు ముందు మోకరిల్లి తమ ఆకలిని తీర్చుకొనుటకు అడవి పందులను ఇప్పించవలసినదిగా వేడుకొన్నాడు. రాజు అందులకు సమ్మతించి వారు కోరిన అడవి పందులను తెప్పించి వారికి ఇప్పించి సెలవు ఇచ్చాడు.

"ధర్మప్రభువులు" అంటూ సాష్టాంగ దండప్రమాణం చేసి రాజుకు వారు వీపుచూపకుండా వెనుకకు వంగివంగి నడుస్తూ దర్బారునుండి వారు నిష్క్రమించారు.

పందులను తీసుక వస్తున్నప్పుడు మహాల్దారు మొహం చిట్లించడాన్ని గమనించిన అళియ రామరాయలు మహాల్దారును ఉద్దేశించి "మీకు కలిగిన ఇబ్బంది ఏమిటి?" అని ప్రశ్నించాడు.

"నేను పుట్టుకతో ముసల్మానును. అపవిత్రమైన ఈ జంతువును చూడడం నాకు అసహ్యం" అన్నాడు. మహాల్దారు మాటలు విన్న రాజుకు కోపం వచ్చింది. దూతను అవమానించడం ఎందుకని తమాయించుకొన్నాడు. మహాల్దారుకు మర్యాద చేసి తాంబూలం, అతని హెూదాకు తగినట్లు కానుకలు ఇచ్చి పంపించివేశాడు.

మహాల్దారు బీజాపుర్‌లోని అలీఅదిల్షా దర్బారుకు వెళ్లి సలాములు చేసి అన్ని వివరములు చెబుతూ దర్బారులో తనను అవమానించే విధంగా పందులను తెప్పించిన విషయమును తెలుపుతూ అళియ రామరాయలకు ఇస్లాంపై గౌరవం లేదని పితూరీ(చాడీలు) చెప్పాడు. తక్షణమే మన సైన్యాలు విజయనగర మీద దండెత్తి పోవల్సిందేనని రెచ్చగొట్టే ప్రయత్నం చేశాడు. ముస్లింలకు అళియ రామరాయలు ఇస్తున్న గౌరవం గురించి గానీ, మసీదులు నిర్మించిన విషయం గానీ, తురకవాడలు నిర్మించిన విషయం గానీ, గోవధకు ఇచ్చిన అనుమతుల విషయంగానీ తెలుపకుండా విద్వేషాన్ని పెంచే అంశాలను ఒకటికి రెండు చేర్చి చెప్పాడు.

మహాల్దారు పితూరీ విన్న పాదుషా "నరపతి నన్ను కుమారా!

అనిపిలిచే హోదాను ఇచ్చాడు. కాబట్టి నేను ఆయనకు ఏహానీ చేయలేను. ఆయన నాకు పితృ సమానుడు. ఆయనకు నేను ఎదురు వెళ్ళడం ధర్మం కాదు" అని చెప్పాడు. స్వప్రయోజనం కోసం వీరిమధ్య ద్వేషాన్ని పెంచడానికీ, మతాన్ని అందుకు ఉపయోగించుకోవడానికి అవకాశం దొరకలేదని మహల్దారు నిరుత్సాహపడ్డాడు.

చాడీలు చెప్పి భంగపడ్డ మహల్దార్ అలీఅదిల్షా అనుమతి లేకుండానే యాభై ఆరు రాజ్యాల వారితో సమావేశమైన అహమ్మద్‌నగర్ పాదుషా దగ్గరకు వెళ్ళాడు. ఆ సమయంలో వారు నర్తకీమణుల నృత్యంలో, వీణావాద్య నిపుణుల వీణాగానంలో మునిగి తేలుతున్నారు. వాహ్వా! వాహ్వా అంటూ సంగీతానికి అనుగుణంగా తల ఊపుతూ మధువు సేవిస్తూ ఉండగా మహల్దార్ ప్రవేశించి విజయనగరంలో తనకు జరిగిన అవమానాన్ని మరిన్ని అతిశయోక్తులు జోడించి అది ఇస్లాంకు జరిగిన అవమానంగా చిత్రించే ప్రయత్నం చేశాడు.

అయితే హుసేన్ నిజాంషా మహల్దారుతో "నీవు నీ ప్రభువు అనుమతి లేకుండా ఇక్కడకు రావడం సరికాదు. నీవు నీ నరపతికి కదా ఫిర్యాదు చేయవలసినది" అంటూ అసహనం ప్రదర్శించాడు.

ఇలాంటి స్పందనను ఊహించని మహల్దారు ఖంగుతిని చివరి ప్రయత్నంగా "ప్రభూ! నేను నా నరపతులవారికి ఈ అవమానం గురించి విన్నవించాను. వారు నేను చెప్పిన సత్యాన్ని అంగీకరించకపోగా వారు విజయనగర ప్రభువుల కుమారుడి హోదా పొందారట. తను విజయనగర ప్రభువులకు వ్యతిరేకంగా చేయి ఎత్తనని చెప్పారు మహారాజా! అందులకే నేను ఇస్లాంకు జరిగిన అవమానం గురించి చెప్పడానికి తమ చెంతకు వచ్చాను" అని నక్క వినయంతో చెప్పాడు.

శత్రువు మిత్రుడు తనకూ శత్రువు అన్నట్లు తమ శత్రువుపట్ల ఆలీ అదిల్షా అభిమానంతో ఉండడాన్ని సహించలేకపోయాడు హుసేన్ నిజాంషా. "మనమంతా ఏకమై విజయనగర సామ్రాజ్యాన్ని తుద ముట్టించవలసినదే" అని మిగిలిన పాదుషాల వైపు చూశాడు. అందరూ ముక్తకంఠంతో "అవును అవును" అంటూ మద్దతు తెలిపారు.

*****

జహల్నాపూర్‌లో అళియ రామరాయల రాయబారిగా ఉన్న తిమ్మాజీ

భీమాజీ అహమ్మద్‌నగర్‌లో హుసేన్ నిజాంషా బృందం యుద్ధ సన్నాహం గురించిన సమాచారాన్ని గూఢాచారి ద్వారా విజయనగరకు పంపాడు.

అందమైన ఉద్యానవనంలో సదాశివరాయలు, అళియ రామరాయలు తమ మంత్రులు, సేనానులు, యుద్ధ నిపుణులు, డెబ్బై రెండు వినియోగాలవారు అందులో సమావేశమై ఉన్నారు. ఇక్కేరి కృష్ణప్ప నాయకుడు, చందరవాద భీమానాయుడు, ఆదవాని వేంకటపతి నాయకుడు, శ్రీరంగపట్టణ రామరాజు, దేవనహళ్లి హనుమప్పనాయకుడు వంటి ముఖ్యనాయకులు ఆ సమావేశంలో ఉన్నారు. అళియ రామరాయలు అందరనూ ఉద్దేశించి "ముసల్మాను పాదుషాలు అందరూ ఒక్కటై తమ సైన్యాలతో విజయనగరను ఆక్రమించే ఉద్దేశ్యంతో మనపైకి దండెత్తి వస్తున్నారు. మీరందరూ యుద్ధానికి సిద్ధంగా ఉండండి. మీ సైనిక బలాన్ని సిద్ధంచేసి, అవకాశం ఉన్నచోట కొత్తవారిని కూడా సైన్యంలో చేర్చుకోండి. ఇది మనకు పరీక్షాసమయం. విజయనగరవైపు కన్నెత్తిచూసేందుకే శత్రువు భయపడాలి. మనపౌరుషం చూపించే సమయం ఆసన్నమయ్యింది" అంటూ ఆవేశంగా మాట్లాడాడు.

సమావేశంలో ఉన్న నాయకులందరూ తాము విలుకాళ్లను, బల్లాలు విసిరే వారిని, ఏనుగులను, గుర్రాలను, కాల్బలమును, ఏనుగు ఫిరంగులను, పల్లకీలను ఎన్నెన్ని సమకూర్చగలరో ఒకరికొకరు పోటీలుపడి ప్రకటించారు.

అళియ రామరాయలు మంత్రులను, మండల నాయకులను అనేక విధాలుగా ప్రోత్సహించాడు. దుర్గాధ్యక్షులకు పట్టుజరీచొక్కాలు, ఆకుపచ్చని ఉన్నివస్త్రాలు, బందరు అద్దకపు వస్త్రాలు, జరీవస్త్రాలు, తలపాగాలు వంటి యోగ్యమైన వస్త్రాలను, ధనాధ్యక్షులకు ముత్యాల కలికితురాయిలు, కంఠహారాలు, రాళ్ళుతాపిన కంకణాలు, మోహన (మెడలో) మాలలు(హారాలు), నవరత్న కుండలాలు వంటి ఆభరణాలను, సైన్యాధ్యక్షులకు ఢాలు, ఖడ్గం, చక్రం, విల్లమ్మునాగాస్త్రం, భీంఢివాలం (గొట్టం నుండి వదిలే బాణం) ఈటె, గద, అంకుశం వంటి ముప్పైరెండురకాల ఆయుధాలను తెప్పించి వారందరకూ గౌరవముతో ఇచ్చాడు. స్ఫూర్తిదాయకంగా గౌరవప్రదంగా, మధురోక్తులతో వారిని యుద్ధానికి ఒప్పించాడు. తదుపరి వారి హోదాకు తగినట్లు వారి కుటుంబాలకు నెలవారీ, వార్షిక భరణాలను ఇచ్చాడు. తదుపరి దుర్గాధ్యక్ష, ధనాధ్యక్ష, సైన్యాధ్యక్ష, పురోహిత, దూతిదైవజ్ఞ మొదలగు సప్త అమాత్యులతో సమావేశమై యుద్ధతంత్ర రచనకు పూనుకొన్నాడు.

రామరాయలు ఇలాంటి ఏర్పాట్లలో ఉండగా మూడవ రోజున గూఢచారులు ఒక ముఖ్య సమాచారం తెచ్చారు. అహమ్మద్‌నగర్, బీదర్, గోల్కొండ నవాబులు అలీఅదిల్షాకు ఒకవార్తను పంపినారనేది దాని సారాంశం. ఆలీఅదిల్షాకు ఈ ముగ్గురు పాదుషాలు పంపిన సందేశంలో "మేము ముగ్గురు పాదుషాలు విజయనగరపై దండయాత్రకు బయలుదేరుతున్నాం. నీవు తప్పకుండా మా కూటమిలో చేరాలి. నీ ఆధీనంలోని ప్రాంతం గుండా మా సైన్యాలు ప్రయాణం చేయవలసి ఉంటుంది కాబట్టి ఆదారిలో సైన్యం వెళ్లడానికి మాకు అనుమతి కావాలి. నీవు కూడా మాతో చేరి యుద్ధంలో పాల్గొంటే నీకు ఊహించనంత సంపదలు సంక్రమిస్తాయి" అని ఉంది.

ఆలీఅదిల్షా ముగ్గురు పాదూషాలకు పంపిన తిరుగుసమాచారం కూడా అందింది. "నేను రామరాయలకు వ్యతిరేకంగా చేయి ఎత్తకూడదు. నేను ఆయన కుమారుడిగా పిలువబడే స్థానాన్ని పొందాను. ఆయనకు ఎటువంటి ద్రోహాన్ని నేను తలపెట్టలేను" అన్నది ఆ సమాచార సారాంశం.

ఈ విషయాన్ని గూడాచారులద్వారా తెలుసుకొన్న రామరాయలు చాలా సంతోషించాడు. అలీఆదిల్షాకు సేనాపతి బిసలప్ప నాయకుని ద్వారా విలువైన వస్త్రాలు, ముత్యాలతో కూర్చిన తురాయి కర్ణాభరణాలు, కంఠహారాలు, ఐదుజతల కొత్త అశ్వాలను కానుకగా పంపగా అలీఆదిల్షా వాటిని మిక్కిలి ఇష్టంతో స్వీకరించాడు. దానికి బదులుగా బిసలప్పనాయకుని ద్వారా ఏనుగులు, గుర్రాలు, ఆభరణాలు, వస్త్రాలు, ఆభరణ అలంకృతమైన తలపాగా, ఉత్తమమైన శాలువాలను కానుకలుగా అళియ రామరాయలకు పంపాడు.

అయితే త్రిపాదూషాలు అలీఆదిల్షా ను వదలి పెట్టదలచుకోలేదు. సామ, దాన, భేద దండోపాయాలను ప్రయోగించదలచారు. మతంను అడ్డుపెట్టుకోవాలని నిర్ణయించుకొన్నారు. అందుచేత అలీఆదిల్షాకు ఒక హెచ్చరికలాంటి సందేశం పంపారు.

"నీవొక ముసల్మాను పాదుషావు. నీవు నీ రాజ్యాన్ని అవిశ్వాసి అయిన నరపతి రాజ్యంలో కలపడం సరికాదు. నీ ఈచర్య నీకు గొప్పదనాన్నిగానీ, కీర్తినిగానీ తెచ్చి పెట్టదు. జరిగిందేదో జరిగిపోయింది. కనీసం ఇప్పుడైనా మాతో చేతులు కలుపు. మనం అందరం కలసి విజయనగరను జయించే విధంగా వ్యూహం రచించినట్లైతే నీకు కీర్తి, ధనం

లభిస్తాయి. నీవు మా మాటలు పెడచెవిన పెట్టినట్లైతే ఇబ్బందుల పాలౌతావు. నీ రాజ్యం ధ్వంసమౌతుంది. విజయనగరకు వెళ్ళాలి అంటే నీ రాజ్యం గుండానే సైన్యం ప్రయాణం చేయవలసి ఉంటుంది. నీవు మా పక్షాన నిలవనపుడు దారిలోని పంటపొలాలను నాశనం చేయకుండా సైన్యాన్ని నిలువరించడం సాధ్యం కాకపోవచ్చు. దారిలోని గ్రామాలను మా సైన్యపు బారినుండి రక్షించడం కూడా కష్టమే! దోపిడీలు జరగవచ్చు. ఆ సైన్యం మహిళలను మానభంగం చేయవచ్చు. ఇవన్నీ జరగవని మేముమటుకు హామీ ఇవ్వలేము. నీవు అపుడు కాందీశీకుడు అయిపోతావు. నీవు తెలివైన నిర్ణయం తీసుకోగలవని అనుకొంటున్నాం" అని ఒక హెచ్చరిక లాంటి సందేశం పంపారు.

ఈ సందేశం అందుకొన్న అలీఆదిల్షా భయపడ్డాడు. అలాగని అతడికి అళియ రామరాయలకు ఇచ్చిన వాగ్దానాన్ని భంగపరచడం ఇష్టం లేదు. మరోవైపు హుసేన్ నిజాంషా కూటమికి వ్యతిరేకంగా పనిచేసే ధైర్యమూ లేదు. రెండువైపులా నిష్ఠూరం కారాదనుకొని పాము చావకూడదు, కట్టె విరగకూడదు అనే చందాన హుసేన్ నిజాంషాకు ఒక అస్పష్టమైన సందేశం పంపాడు.

ఆలీఆదిల్షాను హుసేన్ నిజాంషా బృందం నయానా, భయానా లొంగదీసుకొన్న విషయం అళియ రామరాయల చెవుల్లోనూ పడింది. సేనాపతి బిసలప్ప నాయుడు నరపతితో "అందరూ నవకోటి నారాయణుడు అని పిలిచే మీరు గొప్ప సార్వభౌములు. అసాధారణ శక్తివంతులు. మీరు ఈ విషయాన్ని తేలికగా తీసుకోవద్దు. శత్రువులు సిద్ధమై మనవైపు కదులుతూ ఉన్నారని సమాచారం. మనం మిన్నకుంటే వారు మరింతగా చెలరేగిపోతారు. ప్రజలను వేటాడతారు. రాజ్యాన్ని ధ్వంసం చేస్తారు. రైతుల పంట పొలాలను నాశనం చేస్తారు. విజయనగరం దెబ్బను వారు మరచినట్లున్నారు. మరోసారి మనదెబ్బ రుచి చూపించవలసినదే ప్రభూ!" అన్నాడు. అష్ట ప్రధానులు, సేనాపతులు, దళపతులు అందరూ ఈ విన్నపాన్ని ఏకగ్రీవంగా ఆమోదించారు.

6

తలుపు తడుతున్న శబ్దంవిన్న సంబజ్జగౌడ "ఎవరూ?" అని తలుపు తీయడానికి వస్తూ అడిగాడు.

"నేను వలందిని"

"వస్తున్నా" అంటూ తలుపు తీస్తూ "రండి! విశేషంగా వచ్చారు" అన్నాడు నవ్వుతూ.

"మీతో మాట్లాడడమే మాకు విశేషం. గొప్ప యోధులు, అందునా మహారాజు అంగరక్షకులు! మీతో సంభాషించడం అంటే ఎవరికి ఇష్టం ఉండదు?"

"హోదా వలన, యోధత్వం వలన ఏర్పడే ఇష్టాలు అన్నీ అవి వున్నంతవరకే"

"ఇలాంటి వినసొంపైన మాటలకోసమే నేను మీ దగ్గరకు రావడానికి ఇష్టపడతాను. మిమ్ములను కలవడం ఇది ఆరో పర్యాయం. ఏదో ఒక సాకుతో మీదగ్గరకు వస్తూనే ఉన్నాను. మహల్‌కు ఆజ్ఞ ఉండి మా యజమానురాలు వెళుతూ నన్నూ వెంట తీసుకవెళ్ళింది. రేపటిఉదయం వస్తాననిచెప్పి నన్ను ఇంటికి వెళ్ళమన్నారు. ఈ దారిన వెళుతూ మీరు ఉన్నట్లు తెలిసి ఇలా వచ్చాను"

"మీ రాక నాకునూ సంతోషమే"

"ఉన్నత స్థాయిలో ఉన్న మీరు చిన్నవారితో కూడా మీరు అంటూ గౌరవంగా మాట్లాడతారే! అదే నాకు మీ మీద గొప్ప ఆరాధనా భావాన్ని కలుగజేస్తోంది" అంటూ చలువరాతి దిమ్మెపై కూర్చుంది.

"అది మా తండ్రి నాకు నేర్పిన సంస్కారం! సరే కానీయండి. ఏమిటి విశేషాలు?"

"ఒక్కరే ఇక్కడ ఇబ్బంది పడడం ఎందుకు. వివాహం చేసుకోవచ్చుగా. ముద్దుకుప్పాయి మీకోసం ఉందన్నారుగా! ఎందుకు ఆలస్యం"

"కొంత సమయం అవసరం! మీకునూ తెలిసి ఉంటుంది. విజయనగర సామ్రాజ్యం యుద్ధసన్నాహాలు చేస్తోంది. ఏ క్షణం అయినా యుద్ధ ప్రకటన జరగవచ్చు. యుద్ధం ముగిసిన తరువాత వివాహం చేసుకోవాలనే ఆలోచనలో ఉన్నాను. ఇంకా ఆమెతో ఈ విషయం చర్చించలేదు."

"అదీ సరైన ఆలోచనయే! ముద్దుకుప్పాయి అదృష్టవంతురాలు. మిమ్ములను భర్తగా పొందే విషయంలో."

"మీరూ వివాహం చేసుకోవచ్చుగా?"

"నేనా?" అని గట్టిగా నవ్వుతూ "మీరు ఏమీ అనుకోకపోతే ఒక విషయం చెబుతాను. వేశ్యలు తమ శరీరాలను అమ్ముకోరు. అద్దెకు ఇస్తారు. నేనొక వేశ్యను. వేశ్యలు నిత్య సుమంగళులు. మాకు వివాహాలు ఉండవు."

"మీరు దేవదాసియా?"

"కాదు నేను వేశ్యను. వేశ్యలు అందరూ దేవదాసీలు కారు. కానీ దేవదాసీలు అందరూ వేశ్యలే"

"మీ యజమానురాలు మిమ్ములను బాగా చూసుకొంటారా?"

"చాలా బాగా చూసుకొంటారు! మంచి మనసు కలది. గొప్ప సాహితీకారిణి. నాట్యకారిణి. వీణ అద్భుతంగా వాయిస్తుంది. గొప్ప సంపద కలిగినది. దానగుణం మెండు. దేవాలయాల నిర్మాణాలకు, చెరువులు, బావులు తవ్వడానికి తరచుగా విరాళాలు ఇస్తుంటారు. మా వాళ్ళలో అనేకులు దయగలిగిన వారు."

"ఉండండి" అని సంబజ్జగౌడ ఒక పళ్ళెము తెస్తూ "ఈ బ్రహ్మచారి

ఇంట ఈ రెండు అరటిపండ్లు తప్ప మరేమీ లేవు" అంటూ ఆమెకు అందించి తాను ఎర్రచందనపు ఆసనము పై కూర్చొన్నాడు.

"మహాభాగ్యం. నాకు ఈ చక్కర కేళీలు చాలా ఇష్టము" అంటూ ఉండగా ఆ భావం ఆమె ముఖంలోనూ ద్యోతకమయ్యింది.

"మీ యజమానురాలి పేరు ఏమన్నారు ?"

"నాగసాని గారు"

" నాగసాని గారి దగ్గరకు మీరు ఎలా చేరారు?"

"మా తండ్రికి మేము ఆరుమంది కూతుళ్ళం. పేదవాళ్ళం. పేదరికం పౌరుషానికి, వ్యభిచారానికి తల్లిలాంటిది. శూద్రకులాలకు చెందిన పేద కుటుంబాల బాలికలూ, చిన్న వయసులోనే వితంతువులైన మహిళలూ పొట్టకూటికోసం ఈ వృత్తిలోకి వస్తున్నారు. పల్లె ప్రాంతాలలో కూడా వ్యభిచారం ఎక్కువగా ఉంది. ఒక్కో పర్యాయం శత్రురహస్యాలు తెలుసుకోవడానికి వారి ఇళ్ళల్లో పనిమనుషులుగా కూడా మమ్ములను ప్రవేశపెడతారు. మా యజమానురాలు సాహితీవేత్త కావడంమూలానా, ఆమెకు నేను అంతరంగిక సేవికగా ఉన్నందున నాకు చదువు చెప్పించింది. అందుకారణంగా నేనూ పురాణ ఇతిహాసాలు చదువుకొన్నాను. వీణ వాయించడం నేర్చుకొన్నాను. మీకొక విషయం తెలుసా? మాకు ఎన్ని ఎక్కువ కళల్లో అభినివేశం ఉంటే అది మా స్థాయిని మరింతగా పెంచి మాకు సంపన్నవంతులతో వ్యవహారాలు ఏర్పరస్తుంది"

"నేను మా రాజుగారి దగ్గర గమనించాను. మీరు ఎప్పుడైనా మహల్‌కు వచ్చే వెసులుబాటు కలిగి ఉన్నారు. మరెవరికీ లేనివిధంగా రాజుగారి ముందు తాంబూలం సేవించే అవకాశం మీకు మాత్రమే ఉంది కదా?"

"రాజసభ అందంగా ఉండాలంటే అందులో ఉండవలసిన వివిధ వృత్తులవారిలో వేశ్యలు ముఖ్యులు. అందునా వేశ్యలను శుభ శకునానికి ప్రతీకలుగా నమ్ముతారు. మన విజయనగర సామ్రాజ్యంలో వ్యభిచారం అధికారికం. మేము రాజుకు పన్ను చెల్లిస్తాం. మానుండి వచ్చే ఆదాయాన్ని కైజీతపు సైన్యానికి జీతం ఇచ్చేందుకు వినియోగిస్తున్నారని విన్నాను."

"అవును. అది నిజమే. అయితే కవులు తమ రచనల్లో మీగురించి

చెడ్డగా రాస్తున్నారెందుకు?"

"మీకొక విషయం తెలుసా? అలా రాసేవారిలో ఎక్కువలో ఎక్కువ మా సూలేబజారు సందులలో తిరుగుతూ ఉండేవారే?" అని చేతిని నోటికి అడ్డుపెట్టుకొని నవ్వుతూ అంది.

"చెప్పడానికే శ్రీరంగ నీతులు అన్నమాట" నవ్వుతూ అన్నాడు సంబజ్జగౌడ.

"ఉన్నమాటేగా మరి? వ్యభిచారం అనేది స్త్రీ పురుషుల మధ్య జరిగే తాత్కాలిక లైంగిక ఒప్పందం. మీరు చెప్పే గొప్పగొప్ప కవులు అందరూ శృంగార రసస్వాదన గురించి రాయాలి అంటే మాతో వారికి కలిగి అనుభవమే ఆధారం."

మనం ఆ విశాలమైన వసారాలో కూర్చుందామా? మీతో మాట్లాడుతూనే నేను నా శస్త్రాలను, కవచాలను సిద్ధం చేసుకుంటాను" అంటూ లోపలి దారి తీశాడు. "అయ్యో! మీ పనికి నేను భంగం కలిగించాను" అంటూ వలంది అతడిని అనుసరించింది.

"కొత్త విషయాల మీద నాకు ఆసక్తి మెండు. అందువల్ల మీకు వ్యక్తిగతం అయ్యే కొన్ని ప్రశ్నలు అడుగుతాను. మరోలా భావించరాదు మరి" అంటూ కరవాలాన్ని శుభ్రం చేయడం ప్రారంభించాడు.

"అయ్యో! మీ విషయంలో అలా ఏమీ అనుకోను. నిరభ్యరంతంగా అడుగవచ్చు" అంది.

"వ్యభిచారం స్వీకరించేందుకు ఏదో క్రతువు ఉందని విన్నాను."

వలంది వెంటనే మాట్లాడలేదు. ఆలోచనలో పడింది. అడగకూడని ప్రశ్న అడిగానేమోనని సంబజ్జ గౌడ కంగారు పడ్డాడు.

బహుశా ఆమె గతం గుర్తుకు రావడం వలననేమో కొంత సమయం తీసుకొని "అవును. పన్నెండు సంవత్సారాల వయసులో వేశ్యావృత్తిని స్వీకరింపచేస్తారు. ముద్రాదికోత్సవం(అద్దం చూపడం) అనే మతపరమైన ఆచారాన్ని నిర్వహిస్తారు. చైత్ర మాసంలో పౌర్ణమి నాడు జరిగే ఈ కార్యక్రమానికి వేశ్యలందరినీ ఆహ్వానిస్తారు. ఆ అమ్మాయికి అద్దంలో ముఖం చూపిస్తారు. మేము అద్దాన్ని మహాలక్ష్మిగా భావిస్తాం. పెద్దలు ఆ అమ్మాయికి

విటులను అర్థం చేసుకోవలసిన తీరు గురించి, వారితో వ్యవహరించవలసిన పద్ధతి గురించి ఉపదేశిస్తారు."

"ఇంతటి తంతు ఉంటుందా?" ఆశ్చర్యంగా అడిగాడు సంబజ్జగౌడ.

"ఏమనుకొన్నారు మరి? మా జీవితాల గురించి మొట్టమొదటిసారిగా అడుగుతున్నది మీరే! అందరూ కోరిక తీర్చుకొన్నామా! దుడ్డు ఇచ్చామా అన్నంత వరకే ఉంటారు. మా ఆవేదనలు చెప్పుకోడానికి ఒక్క మగపురుగు కూడా ఉండదు. మాకు మేమే ఒకరికొకరు మా బాధలు చెప్పుకొంటాం. ఆడది తన హృదయ వేదనలను మగవాడితో చెప్పుకొంటేనే ఓదార్పు. అందుకే మీతో మాట్లాడుతూ ఉంటే మనసుకు హాయిగా ఉంది " అన్నది వలంది.

"వేశ్యలు అయినంత మాత్రాన ఛీత్కరించుకోవడం ఎందుకు?"

"మాలో కూడా వివక్షలుంటాయి. ధనవంతులైన వేశ్యలకు సమాజంలో అపారగౌరవం. మా యజమానురాలు ఈ నగరంలో పొందుతున్న గౌరవం మీకు తెలియనిది కాదు. ఎటొచ్చీ పేదరికంలో ఉన్న వేశ్యల బాధలు వర్ణనాతీతం. తమ కుమార్తెలను వ్యభిచారానికి పంపమని పేద తల్లిదండ్రులను ధనవంతులైన వేశ్యలు బలవంతం చేస్తారు. దుడ్డుఆశ చూపుతారు. ఎక్కువ సంతానం ఉన్న పేద తల్లిదండ్రులు తమ పిల్లలను పోషించుకోలేక ఆడ బిడ్డలను ఇక్కడకు పంపుతారు. ఒక్కసారి ఈ ప్రపంచానికి వచ్చామూ అంటే తిరిగి వెళ్ళే అవకాశమే ఉండదు. మా తల్లిదండ్రులకు మేము సంపాదించే దుడ్డు అవసరమే కానీ, మేము కాదు" అంటూ కళ్ళల్లో నీరు నింపుకొంది.

"బాధ పడకు వలంది. నీకంటూ ఒక మంచిరోజు తప్పక వస్తుందిలే."

"నాకు ఆ ఆశలు ఏమీ లేవు. విజయనగర యుద్ధసన్నాహాలలో ఉన్నదని మీరు చెబుతున్నారు. యుద్ధం అంటేనే మేమంతా వణికి పోతాం."

"యుద్ధంతో మీకేమిటి సంబంధం? మీరెందుకు వణికి పోవడం?"

"యుద్ధ శిబిరాలకు సైనికులతో బాటు మమ్ములనూ వెళ్ళమని రాజుగారు ఆజ్ఞ ఇస్తారు గదా!."

"మీరెందుకు యుద్ధ శిబిరాలకు?"

"యుద్ధ సమయాలలో రాత్రులపూట సైనికులకు శారీరక సుఖం ఇచ్చేందుకు. నా తోటివారి వలన నాకు తెలిసిన సమాచారం మీకు చెబుతాను. కల్యాణి ముట్టడి సమయంలో యుద్ధానికి ఐదులక్షల మంది సైనికులు బయలుదేరితే మావారు ఇరవై రెండువేల మంది వారిని అనుసరించారట. రాత్రులలో సైనికులకు సుఖాన్ని మేమేమీ ఊరకనే ఇవ్వం. దుడ్డు ఇస్తారు. కానీ ఆ దుడ్డు వద్దు, ఆ నరకం వద్దు అనిపిస్తుందట. యుద్ధం ముగిసి విజయనగరకు వచ్చిన తరువాత మావారు అనేక మంది జబ్బులపాలు అయ్యారు. కొందరు కోలుకొన్నారు. కొందరు రాలిపోయారు. ఐదు లక్షల సైన్యానికి ఇరవై రెండువేల మంది వేశ్యలు ఎలా ఆనుతారు? ఒక రాత్రికే పదుల సంఖ్యలో సైనికులకు శరీరసుఖం ఇవ్వాలంటే అయ్యే పనేనా? మీకొక విషయం తెలుసా? మీరు ఏమీ అనుకోకపోతే ఒక వాస్తవం చెబుతాను."

"ఫర్వాలేదు చెప్పండి"

"రాజులు తమ సంపదను పెంచుకోవడానికి, రక్షించుకోవడానికి యుద్ధాలు చేస్తారు. వాటితో మాకేమిటి సంబంధం? సైనికులకు యుద్ధ శిబిరాలలో తినడానికి కోరిన తిండి, తాగడానికి మధువు, అనుభవించడానికి స్త్రీ అన్నీ దొరకుతాయి. అందుకే చాలామంది యువకులు యువతులపై, మధువుపై, తిండిపై మోజు కారణంగా యుద్ధానికి బయలు దేరుతారు. యుద్ధశిబిరంలో ఏరోజు జీతం ఆరోజే చెల్లిస్తారు. ఆ దుడ్డుతో వారు తింటారు. తాగుతారు. మాదగ్గరకు వచ్చి మా శరీరాలను గాయాలపాలు చేస్తారు. మా మీద వారుచేసే అఘాయిత్యాలు చెప్పుకొనేవి కావు. పాపం పేదరికం వలన దుడ్డు ఆశతో మా వాళ్ళు అన్నింటికీ సిద్ధపడి పోతారు. సైనికుల మధ్య మా కోసం గొడవలు కూడా జరుగుతాయి." అంటూ నిస్సహాయతతో ఆవేదనగా తెలిపింది.

"నేను యుద్ధం యోధత్వ ప్రదర్శనకు వేదిక అనుకొన్నానే కానీ ఇటువంటి అరాచకాలు విని ఎరుగను." అన్నాడు సంబజ్జ గౌడ.

"నేను బాధలో ఏమేమిటో చెప్పి ఇబ్బంది పెట్టానా?" అన్నది వలంది.

"అటువంటిది ఏమీ లేదు. మీరే అన్నారుగా! హృదయంలోని బాధను చెప్పుకోవడానికి ఒక మగ పురుగు కావాలని. ఆ పురుగు నేనే అనుకోండి" అన్నాడు నవ్వుతూ.

"అదేం కాదు. మీరు మనసున్న మారాజులు" అంది వలంది ప్రేమగా.

"ఇంకా ఏమిటి విశేషాలు?"

"మీకు తెలియని విశేషాలు ఉంటాయా? మా 'సూలేబజారు'లో అందరూ యుద్ధం గురించే చర్చించుకొంటున్నారు. పేదరికంలో మగ్గుతున్న వేశ్యలు ప్రాణాపాయం అని తెలిసినా దుడ్డు కోసం వెళ్ళాలనే ఆరాటముతో ఉండగా, ధనవంతులైన వేశ్యలు బాధతో ఉన్నారు."

"ధనవంతులైన వేశ్యలకు బాధ ఎందుకు? వెళ్ళకుండా ఉండవచ్చు కదా?"

"వెళ్ళమని రాజాజ్ఞ! వెళ్ళకపోతే ఇంకేమైనా ఉందా?" అంటూ "కాలాతీతమైంది. ఇక వెళతాను. సెలవు" అంటూ వలంది సంబజ్జ గౌడ దగ్గర సెలవు తీసుకొంది.

వలంది వెళ్ళిపోయిన తరువాత సంబజ్జ గౌడ హృదయం బరువెక్కింది. యుద్ధసమయంలో సున్నిత మనస్కురాలైన వలంది ఎలా ఆ పరిస్థితులను ఎదుర్కోగలుగుతుందో అనే ఆలోచన నిద్ర రాకుండా చేసింది. సంబజ్జగౌడకు మొదటిసారిగా యుద్ధం ఆగితే బావుండనిపించింది.

7

హంపీ నగరం తనకు ఏదో సుస్తీ చేసినట్లుగా నీరసంగా, నిశ్శబ్దంగా ఉంది. అళియ రామరాయలు తన పట్టపురాణి సత్యభామ అంతఃపురంలోకి వెళ్ళాడు. రాజు రాకను మహారాణి ఊహించలేదు. అతడి రాక ఆమెకు ఆందోళన కలిగించింది. ఆమె ఆందోళన గ్రహించిన రామరాయలు "పంచపాదుషాలు విజయనగరపైకి దండెత్తి వస్తున్నారు. రాజ్యంలో యుద్ధసన్నాహాలు జరుగుతున్నాయి. సాంప్రదాయం ప్రకారం నిన్ను కలసి బహుమతులు, కానుకలు, ఆభరణములు ఇచ్చేందుకు వచ్చాను" అన్నాడు.

"విజయనగరం పైకి దండెత్తి రావడమా?" అని ఆశ్చర్యంగా అంది.

"వినాశకాలే విపరీతబుద్ధి అంటారు పెద్దలు. మన సామంతులు, సైన్యాధిపతులు, జ్యోతిష్కులు ముక్తకంఠంతో యుద్ధం ప్రారంభించమని కోరుతున్నారు. నాకునూ వారికి మన దెబ్బ ఏమిటో చూపించాలని ఉంది." అన్నాడు.

"యుద్ధభూమికి మీతోపాటు నేనూ వస్తాను. అనుమతించండి" అని ప్రాధేయపడింది.

"నీ ఇష్టం. రావాలనుకొంటే మీ సోదరుడిని పిలిపించుకో. నీకు తోడుగా ఉంటాడు" అన్నాడు.

తన సమ్మతిని తెలిపి భోజనంచేసి వెళ్లవలసినదిగా అతడిని కోరింది. రాజు అంగీకరించాడు. ఇరువురూ కలసి మధువు త్రాగారు. విందు చేసుకొన్నారు. మిగిలిన భార్యలను కలిసేందుకు అక్కడినుండి నిష్క్రమించాడు.

నరపతి మిగిలిన రాణులను కలసికొని వారికీ, కుమారులకూ కానుకలుగా ఆభరణములు ఇచ్చాడు. తదుపరి తనతల్లి దగ్గరకు వెళ్ళాడు. మహల్‌లో బంగారుసింహాసనంపై కూర్చొనివున్న తల్లి పాదాలకు సాష్టాంగ ప్రణామం చేశాడు. ఆమె లేచి కుమారుడి భుజాలను పట్టుకొని లేపుతూ "దీర్ఘాయుష్మాన్ భవ! నా ఆయుష్షును కూడా నీకే ఇస్తున్నా. చల్లగా ఉండాలి కుమారా!" అంటూ ప్రేమతో తలను నిమిరింది. బంగారు పుష్పాలతో దిష్టితీసి బ్రాహ్మణులకు దానం చేసింది. కుమారుడి రాకకు కారణం అడిగింది.

అళియ రామరాయలు తల్లితో "రాజమాతా! ముస్లిం పాదుషాలు అందరూ ఒక్కటై నాకు ఎదురు తిరిగారు. యుద్ధ ప్రకటన చేసి విజయనగర వైపు వస్తున్నారు. ధర్మం విలసిల్లే ఈనేల పైన వారికి ఈర్ష్య, ద్వేషం" అన్నాడు.

"బీజాపూర్ ఆలీఆదిల్షా కూడా వారితో కలిశాడా?"

"అమ్మా! అత్యాశ మనిషిని దిగాజారేటట్లు చేస్తుంది."

"నీకు ఆతనిపై పుత్రవాత్సల్యం ఉంది కదా నాయనా!"

"నాకు పుత్రవాత్సల్యం ఉంది. కానీ అతనికి పితృవాత్సల్యం ఉండాలి కదా అమ్మా!?"

"మరీ ఇంత అవిశ్వాసమా? బాల్యం నుండి నీ కుమారునిగా పిలువబడే హక్కును సంపాదించుకొన్నాడు. చిన్నవయసులో నీ దగ్గరకు వచ్చాడు. నీ ఒడిలో కూర్చొని ఆడుకున్నాడు. అతడి పాలు, వెన్న ఖర్చులకోసమే ముద్గల్, రాయచూరు, ఆదవాని సంస్థానాలు ఇచ్చావు. అలాంటి నీపట్ల అతడు ఈ దుష్కార్యానికి ఒడిగట్టడం తగునా?" అని ఆవేదనతో అడిగినది.

"అమ్మా! అతను విశ్వాసిగానే ఉండాలని ప్రయత్నించాడు. నేను అతడిని అడిగితే ఇష్టపూర్వకంగా వారితో కలువలేదని చెబుతున్నాడు. తన ప్రజలకోసం, ఆ ప్రజల రక్షణ కోసం వారితో చేరక తప్పలేదు అన్నాడు. పాపం వారి బెదిరింపులకు లొంగిపోయాడు."

"నీవు ఆయన రక్షణ కోసం ప్రాణమైనా ఇస్తావని తెలీదా? ఆ

గోల్కొండ నవాబుకు ఏమైంది? ఆపద సమయంలో అతడికి అండగా వెళ్లి నిలచావు కదా?"

"పోనీ లేమ్మా! ఎవరిని అనుకొని ఏమి ప్రయోజనం? ఆ విరూపాక్షస్వామి చిత్తం ఎలాఉంటె అలా జరుగుతుంది"

"నీవు నరపతివి. గొప్ప పాలనాదక్షత కలవాడివి. ఏడు తరాలుగా విజయనగర సామ్రాజ్యం వర్ధిల్లుతూ నీ వరకు వచ్చింది. ఎంతోమంది శత్రురాజులు ఈ సామ్రాజ్య అంతానికి కుట్రలు పన్నారు. వారి కుయుక్తులన్నీ నిష్ఫలం అయ్యాయన్నది మన అనుభవం. కలుగులో ఎలుకలుగా ఉన్నవారు ఇప్పుడు బయటకు వచ్చి కయ్యానికి కాలు దువ్వుతున్నారంటే ఆశ్చర్యం కలుగుతోంది. ఆ విరూపాక్షస్వామి ఆశీస్సులు నీకు ఎప్పుడూ ఉంటాయి. తప్పక నీకు విజయం సిద్ధిస్తుంది. చివరగా ఒక్క మాట అడుగుతాను. యుద్ధ నివారణకు సంధి ప్రయత్నాలు ఏమీ చేయలేదా? ఎందుకంటే యుద్ధం పరాజయం పొందినవారితో పాటు విజయం పొందిన వారికి కూడా నష్టం కలుగ జేస్తుంది అన్నది మన అనుభవం" అని చివరి ప్రయత్నంగా శత్రువులతో రాజీ గురించి విచారణ చేసింది.

రాజీ ప్రతిపాదన విన్న అళియ రామరాయలకి కోపం వచ్చింది. "గొప్ప నరపతిగా కీర్తికెక్కి అప్రతిహత పరాక్రమం కలవాడిగా ప్రసిద్ధి చెందినవాడిని. వారు ఎంతమంది ఏకమైనా ఈ విజయనగర సామ్రాజ్యపు ఒక ఇటుకను కూడా కదల్చలేరు. వారికి పోయే కాలం వచ్చింది. యుద్ధం తప్పదు" అని ఆవేశంగా అన్నాడు.

ఈ మాటలు వినిన మాతృమూర్తి మిక్కిలి సంతోషించింది. రత్నఖచిత ఆసనంపై కూర్చుండబెట్టి "శత్రువు పరాజితుడు అగుగాక! విజేతవై తిరిగిరా నాయానా!" అంటూ తలపై చేతులు పెట్టి ఆశీర్వదించింది. తల్లి దగ్గర సెలవు తీసుకొని అళియ రామరాయలు సంగాతమహలుకు వెళ్ళాడు. సంబజ్జగౌడ అతడిని అనుసరించాడు.

సంగాతమహలులోనే ఆరాత్రి నిద్రించాడు. రాత్రి నిద్రలో కొందరు అజ్ఞాత వ్యక్తులు తన చెవికమ్మల నుండి ముత్యాలను బలవంతంగా తీసుకవెళ్ళినట్లు కల వచ్చింది. ఉలికిపాటుతో మెలకువలోకి వచ్చి చెవికమ్మలు చూసుకొన్నాడు. అవి చెవులకే ఉన్నాయి. ఏమీ లాక్కోబడలేదు. ఒళ్ళు విరచుకొని రెండు అరచేతులతో ముఖం తుడుచుకొని అరచేతులను చూస్తూ

విరూపాక్షస్వామిని స్మరించుకొన్నాడు. ఉదయమే సంబజ్జగౌడను పిలిచి దళవాయితో వేదశాస్త్ర పండితులకు కబురు పెట్టమన్నాడు.

వచ్చిన ఆస్థాన పండితులకు తనకు వచ్చిన కల గురించి వివరించాడు. కల వృత్తాంతం విన్న ప్రధాన జ్యోతిష్కుడు గొంతు సవరించుకొని "మహారాజా! స్వప్న ప్రభావం నశించింది. దేవతలు యుద్ధానికి తమ సమ్మతిని తెలిపారు. ప్రశాంతంగా ఉండండి. విజయలక్ష్మి మిమ్ములను తప్పక వరిస్తుంది" అని నమ్మకంగా చెప్పాడు.

ఈ మాటలతో సంతృప్తి చెందని అళియ రామరాయలు "ఇటువంటి చెడు స్వప్నం ఎప్పుడూ నాకు రాలేదు. దైవం ఆగ్రహాన్ని నేనెప్పుడూ చవిచూడలేదు. నా భవిష్యత్తు ఎందుకో చెడుగా ఉండబోతోందని అనిపిస్తోంది. నా ఇలవేల్పు నాపై ఆగ్రహించినట్లున్నాడు. దైవానుగ్రహం కోల్పోయిన తరువాత నేనుచేసే ప్రయత్నాలకు ప్రయోజనం ఏమిటి? గతజన్మ కర్మ ఫలితమిది. అనుభవించక తప్పదు" అని నిరాశగా అన్నాడు.

ఈ మాటలువిన్న జ్యోతిష్కులు, పండితులు రామరాయలతో "ప్రభూ! మీకు విజయం తథ్యం. అణువంతైనా సందేహంబు వలదు వలదు" అంటూ

"శతమానం భవతి శతాయుఃపురుష శతేంద్రియే

ఆయుష్యేవెంద్రియే ప్రతితిష్టతి" అని వేద ఆశీర్వచనాలు ఇచ్చారు.

"మీ శత్రువులు పరాజితులు అగుగాక!"

"మార్కండేయునివలే మీరు చిరంజీవులు అగుదురు గాక!"

"ఆచంద్ర తారార్కం మీరు ఈ భూమిని పాలింతురు గాక!" అని అందరూ ఆశీర్వదించారు.

అళియ రామరాయలు వారికి వజ్రవైడుర్యాలు పొదిగిన ఆభరణాలను దానం చేశాడు. యుద్ధ ముహూర్తం నిర్ణయించమని కోరాడు. పురోహితులు యుద్ధయాత్రా ముహూర్తాన్ని నిర్ణయించారు.

నగరం వెలుపల మైదానంలో అమృతసిద్ధి యోగంలో గుడారాలను వేయించి అళియ రామరాయలు సైన్యం సమావేశానికి ఆజ్ఞ ఇచ్చాడు. రాజహంస అనే ఏనుగుపై కూర్చొని డెబ్బైరెండు వినియోగాలవారితో అతడు సమావేశం అయ్యాడు.

అళియ రామరాయలు యుద్ధయాత్రను నగరమందు ప్రకటించాడు. సైన్యమంతా నగరం బయటి విశాల మైదానంనందు చేరినది. రాజు చక్కని కుట్టుపని కలిగిన జలతారు అంగీ ధరించాడు. సంది దండెపై రత్నాల కదేములు, ఎర్రని మూరెడు పొడవుకల బురుసాని టోపీ ధరించాడు. పల్లకీ మోయు బోయీలు మొసలి ముఖముల రూపములో ఉన్న కొనకొమ్ములుగల పరదాలను, పట్టుకుచ్చులు కలిగిన పల్లకీని రాజు కొరకు తెచ్చారు. బోయీలు వ్రేలాడు రుమాలు చెంగులు కట్టారు. బిళ్ళ చెప్పులు ధరించారు. మావటీడు పట్టపుదంతి అయిన "రాజహంస(ఏనుగు)"ను తెచ్చి నిలిపాడు. మరొకడు అలంకరింపబడిన గుర్రమును తెచ్చాడు. రాజు ఎదుట ఏనుగుల బలము తరువాత గుర్రపు బలము దాని వెనుక రథముల బలము అటు పై కాల్బలము నిలిచున్నది.

యుద్ధ వీరణములు అయిన శంఖు, కాహళ, ఢక్కా దిక్కులు పిక్కటిల్లేలా మ్రోగాయి. ఏనుగుల దంతములకు పెద్ద పెద్ద కత్తులు కట్టారు. గుర్రపు సేనలోని పఠానులు అనేకమంది జులపాలకు నూనెపూసి దువ్వి మెరుగిచ్చి వాటిపై జరీపాగలు చుట్టారు. వారు తాంబూలాలు నమిలినందున నోళ్ళు ఎరుపెక్కి ఉన్నవి. వారు గుర్రములపై బారులు తీరి రాజునకు సలాములు చేశారు. తరువాత చెంగులు విడిచిన పాగాలతో నడుమున కటారులతో కురచబల్లెములతో కైజీతపు సైనికులు ఉన్నారు. వీరివెంట సామానులు మోయుటకు బంట్లు ఉన్నారు. ఈ బంట్లు అంబులు, బాణాలు తీసుకొని మణికట్లపై ఇనుప కడియములు ఘల్లు ఘల్లుమనునట్లుగా గోనెసంచులలో అవసరమగు యుద్ధపరికరాలు మోసుకొనుటకు సిద్ధముగా ఉన్నారు. వీరి వెనుక ఒంటరులు అను వీరభటులు దట్టీలలో వంకరకత్తులు జొరపుకొని జుట్లను ఒంటిపోగు గుడ్డలచే నెత్తికట్టి రక్షగా తమ పెద్దలు కట్టిన తాయెత్తులను మెడలలో ధరించారు. మరికొంత మంది సైనికులు నానావిధముల రంగురంగుల బట్టలను తొడుగుకున్నారు. పట్టు డాళ్ళపై బంగారు పూలను, పులులను, సింహాలను చిత్రించుకొన్నారు. "గరుడ గరుడ" అంటూ సైనికులు కేకలు వేస్తున్నారు.

సంబజ్జగౌడను యుద్ధమునకు సాగనంపుటకు ముద్దుకుప్పాయి మైదానమునకు వచ్చింది. అతడు కనపడక మైదానములో వెతుకుతోంది. భటులు కొందరు తమను సాగనంప వచ్చిన భార్యలను ఇంటికి పొమ్మని తొందర పెట్టుచున్నారు. కొందరు స్త్రీలు వెంటవస్తామని భర్తలను

ప్రాధేయపడుచున్నారు. నగరపు స్త్రీలు పలువురు వెండి సందేకడేములతో, నొసట విభూతితో, పాత్రలలో పాలు, పెరుగు, నెయ్యిపెట్టి గిత్తలపై కట్టి తాము వాటిపై కూర్చొని సైన్యంవెంట పాలు, పెరుగు అమ్ముటకు వెళ్ళడానికి సిద్ధమై ఉన్నారు. వీరి వెంట వెళుతున్న చాకలి వారి సంఖ్య అపరిమితము. ఇరవై వేల మంది వేశ్యలు రాజుతో పాటు ప్రయాణంలో ఉన్నారు. పది పన్నెండు వేలమంది దారిలో సైనికులకు దాహం తీర్చేందుకు తోలుతిత్తులతో నీరు మోసుకొని పోవడానికి సిద్ధంగా ఉన్నారు.

రాజు ఉంచుకొన్న ఒక భోగిని ఒక పల్లకిలో పరదాలు వేసుకొని బయలుదేరుటకు సిద్ధముగా ఉంది. ఆమెకు చెలికత్తెలు తాంబూలములుకట్టి అందివ్వగా పరదాలో నుండి చేయిచాచి అందుకొన్నపుడు ఆ చేతి సౌకుమార్యమును, అందములను చూచినవారు ఆమె రూపురేఖలను ఊహించి మరెంత అందముగా ఉండునో అని అంచనాలు వేసుకొంటున్నారు. రాజు భార్యలలో ఒకరు పల్లకీలో బయలుదేరుటకు సిద్ధముగా ఉన్నది. ఆమె పల్లకి దగ్గర పట్టినామములతో శ్రీవైష్ణవులు ఇరువురు రాఘవాష్టకము చదువుటకు వచ్చారు. ఆ రాణి భద్రతకై ఆమె పల్లకీలో ఆమె సోదరుడు కూర్చొనుటకు సిద్ధమౌతున్నాడు.

ముద్దుకుప్పాయి సంబజ్జగౌడను గుర్తించి దగ్గరకు వెళ్ళింది. ఆమెను చూసి అతను సంభ్రమాశ్చర్యాలకు లోనయ్యాడు.

"నీవు వస్తావని ఉహించలేదు."

"ఉండలేక పోయాను."

"వచ్చి మంచి పని చేసావు. నిన్ను చూడడం నాకెంతో ఆనందాన్ని ఇస్తోంది."

"మనం మరలా కలుస్తాము కదా!" అంది ముద్దుకుప్పాయి కళ్ళల్లో వస్తున్న నీటిని తుడుచుకొంటూ.

"ఆశ అనేది ఒక కాంతిలాంటిది. అతిచిన్న వెలుగురేఖ కూడా, మనలను చీకటిలో నుండి బయటకు తీసుకువెళుతుంది. అంతా మంచి జరుగుతుందనే ఆశతో ఉందాం" అన్నాడు.

"నువ్వే నా ప్రేమ, నా రక్షకుడవు, నా కలల నాయకుడవు. మనం ఎంత దూరంగా ఉన్నా, నేను నీ జ్ఞాపకాలతో జీవిస్తూ నీకోసమే వేచి

ఉంటాను."

"ఎక్కువ కాలం వేచి ఉంటే, ముద్దు చాలా మధురంగా ఉంటుంది కదా?" కొంటెగా అన్నాడు ఆమెను తేలిక పరకాడానికి. కానీ మనసంతా ఆందోళన నిండి ఉన్న ముద్దుకుప్పాయిని ఆ మాట తేలిక పరచలేదు.

"మనం భౌతికంగా దగ్గరగా ఉండకపోవచ్చు. కానీ హృదయం నిండా నీవే" అంది.

"మనకు ఇప్పుడు దూరం అనేది ఒక పరీక్ష మాత్రమే" అన్నాడు.

"సైనికుడిని ప్రేమించడం కష్టం కాదు. దూరం కష్టం. ఆందోళన కష్టం. త్యాగాలు కష్టం" అంది బాధగా.

ఆమె చేతిని తన చేతిలో తీసికొని "నీవు ఎప్పటికీ నా దానివే. నేను నీకు స్వంతం. పంచభూతాల సాక్షిగా ఇదే మన పాణిగ్రహణం" అన్నాడు. ఆమె అతడి పాదాలకు నమస్కరించింది.

"అన్ని యుద్ధాలు మోసంపై ఆధారపడి ఉంటాయి. జాగ్రత్త!" అంది.

"అన్ని జాగ్రత్తలూ తీసుకొంటున్నారు. నీవు ఎటువంటి ఆందోళన పడవద్దు. ధైర్యంగా ఉండు"

"నాకు నీ గురించిన భయం లేదు. నీవు వీరుడవు. తప్పక విజయం సాధించుకొని వస్తావు" అంది.

"భగవదేచ్ఛ" అన్నాడు అతను.

"ఆ శ్రీరంగనాథుని ఆశీస్సులు, విరూపాక్షస్వామి కరుణాకటాక్షాలు విజయనగర ప్రభువులకు ఎల్లప్పుడూ ఉంటాయి. నా మనసు నీ విషయమై ఆందోళనగా ఉన్నది నిజమే. కాని వీరుడికి యుద్ధం ఒక కర్తవ్యం. నేను ఈమాట చెప్పడానికి ఎంతో మానసిక ఘర్షణ పడ్డాను. మన ఇద్దరి అంతరంగం ఒకటే. అదే సమాజ శ్రేయస్సు. ఒక పాలకుడి అంగరక్షకుడిగా యుద్ధం నీ ధర్మం. యుద్ధాన్ని అంతఃకరణ శుద్ధితో చేయాలి. యుద్ధం గెలవాలి అంటే ముందు మనసును గెలవాలి. మనస్సుపై విజయం నీ విజయానికి మొదటిమెట్టు. ఏది జరగవలసి ఉంటుందో అది తప్పక జరిగి తీరుతుంది. అందుకనే భగవద్గీతలో శ్రీకృష్ణ పరమాత్ముడు అర్జునుడితో 'ఒకవేళ నీవు యుద్ధంలో చంపబడితే స్వర్గానికి పోతావు. గెలిచితివా రాజ్య భోగాలు

అనుభవిస్తావు' అని కర్తవ్య బోధచేశాడు. నీవుకూడా గెలుపు ఓటముల ఆలోచనలకు గానీ, నా గురించిన ఆలోచనలకు గానీ చోటివ్వొద్దు. నీవు పాణిగ్రహణం అయ్యిందన్నావు. అవును! పంచ భూతముల సాక్షిగా యుద్ధ శంఖారావాలే వాయిద్యాలుగా మన వివాహం జరిగిందనే నేను భావిస్తున్నాను. విజయనగర రాజ్యరక్షణ మన కర్తవ్యంగా భావించి నిన్ను మనస్ఫూర్తిగా యుద్ధరంగానికి పంపుతున్నాను విజయోస్తు" అంటున్నప్పుడు సంబజ్జగౌడకు ఆమె కళ్ళల్లో నిర్ణయం పట్ల ఒక స్థిరత్వం, తనపట్ల అపారమైన ప్రేమ, రాజ్యం పట్ల బాధ్యత కనిపించాయి. అటువంటి సహచరిని పొందినందుకు తన జన్మ ధన్యమని భావించాడు.

"నేను నీకోసం తిరిగి వస్తానని వాగ్దానం చేస్తున్నాను. నిన్ను ఎన్నటికీ వదిలిపెట్టనని వాగ్దానం చేస్తున్నాను"

"నాకు ఆ విశ్వాసం వుంది. నేను సజీవంగా ఉండడానికి ఎప్పటికైనా ఏకైక కారణం నువ్వే" అంది.

అటువైపుగా స్నేహితులతో వస్తోన్న వలందిని చూశాడు సంబజ్జగౌడ.

"వలందీ" అని గట్టిగా పిలవడంతో సంబజ్జగౌడ వైపు చూసిన వలంది ఆనందంతో అతడి దగ్గరకు పరుగున వచ్చింది. పక్కనే నిల్చొని ఉన్న ముద్దుకుప్పాయి వైపు చూపుతూ "గుర్తు పట్టారా" అని అడిగాడు.

"ఊ.... ముద్దుకుప్పాయి! అవునా ?" అని నవ్వుతూ అడిగింది.

"మీ ఊహ నిజమే! నన్ను సాగనంపుటకు ఆనెగొంది నుండి విజయనగరకు వచ్చినది." అంటూ ముద్దుకుప్పాయి వైపు తిరిగి "నేను చెప్పానుగా వలంది అని! ఈ అమ్మాయే!" అంటూ పరిచయం చేశాడు. వలంది ముద్దుకుప్పాయికి నమస్కరించింది. ముద్దుకుప్పాయి ప్రతినమస్కారం చేసింది.

ముద్దుకుప్పాయి వలంది తలపై చేతితో నిమురుతూ "నీ గురించి చెప్పారు. యుద్ధశిబిరాలకు మీరందరూ వెళుతున్నారట. మీ కష్టాలగురించి వీరు చెప్పారు. నీ విద్వత్తు గురించి కూడా. నీవూ వెళుతున్నావంటే నాకూ ఆందోళనగా ఉంది. రాజాజ్ఞ కదా! తప్పదు. జాగ్రత్తగా ఉండు. కష్టం వస్తే సంబజ్జ సహాయం తీసుకోవడానికి వెనకాడవద్దు. అలాగే ఆయననూ కొంచెం కనిపెట్టుకొని ఉండు. మీరు ఒకరికొకరు తోడు. నీవు అక్కడ ఉన్నావంటే

నాకూ కొంత ధైర్యంగా ఉంది. మీరిరువురూ క్షేమంగా తిరిగి రావాలని ఆ విరూపాక్షస్వామిని వేడుకొంటున్నాను" అంది.

ముద్దుకుప్పాయి చూపుతున్న ప్రేమకు వలందికి కన్నీళ్ళు వచ్చాయి. "మీ కోరిక వలన నేనూ, సంబజ్జగౌడ గారూ క్షేమంగా తిరిగి వస్తాం. మీ ఇరువురి వివాహాన్ని కళ్ళారా చూడాలని నా ఆకాంక్ష. నేను హృదయ పూర్వకంగా దేవుడిని ఇంతవరకూ ఏమీ కోరలేదు. మొదటిసారిగా మీ ఇద్దరి వివాహం ఘనంగా జరగాలని ఆ విరూపాక్షస్వామిని వేడుకొంటున్నాను" అంటూ విరూపాక్షస్వామి దేవాలయం వైపు తిరిగి నమస్కరించింది.

"వలందీ! ఇంత చిన్నవయసులోనే నీకు భగవంతుడు పరీక్ష పెట్టాడమ్మా. భయము వలదు. తప్పక నీవు సంతోషంగా తిరిగి వస్తావు" అంది ముద్దుకుప్పాయి.

"మీలాంటి ఉత్తముల ఆశీస్సులు నాకు ఆవశ్యకం" అంటూ ఆమె పాదాలకు నమస్కరించింది. బ్రాహ్మణులు పూజాది కార్యక్రమాల నిర్వహణకు మైదానం లోపలకు రావడం కనిపించింది.

సంబజ్జగౌడ ముద్దుకుప్పాయి చేతిని ముద్దు పెట్టుకొని సెలవు తీసుకొని రాజు గారు ఉన్న ప్రదేశం వైపు బయలు దేరాడు. నీరు నిండిన ఆమె కళ్ళకు సంబజ్జగౌడ మసక మసకగా కనిపిస్తున్నాడు. అథర్వణ వేద మంత్రములు తెలిసిన బ్రాహ్మణులు మంత్రపూతమగు హోమమును ప్రారంభించారు. రాజు అశ్వం ఎక్కాడు. సేనానులు అభివాదం చేశారు. సామంత రాజులు ముందు నడుచుచుండగా నగర స్త్రీలు పూలు చల్లారు. సైన్యం యుద్ధభూమి వైపు బయలుదేరింది.

8

బ్రాహ్మణుల వేదమంత్రోచ్చారణల మధ్య విజయనగర సేనలు ముందుకు సాగాయి. చక్రవర్తి భారీగజం "రాజహంస" ముందుకు సాగింది. ఏనుగు కదలినపుడు పైన ఉన్న అంబారీ కదలుతోంది. అంబారీలోఉన్న అళియ రామరాయలు విజయనగర సైన్యానికి బయలుదేరమని ఆజ్ఞ జారీ చేశాడు.

అళియ రామరాయలు తన సోదరులైన తిరుమల, వెంకటాద్రులను తీసుకొని పెద్ద సైన్యంతో కృష్ణానదికి ఉత్తరతీరంలోని రాక్షసి తంగడి గ్రామాల సమీపానికి చేరుకొన్నాడు. ఈ గ్రామాలు తళ్లికోటకు దక్షిణంగా సుమారు ఇరవై మైళ్ళ దూరంలో ఉన్నాయి. సైనికులు రాజు కోసం గుడారం వేశారు. చుట్టూ పెద్ద ముళ్ళకంచెను పరచి లోపలికి పోవడానికి ఒక్కటే దారిని ఏర్పాటు చేశారు. కంచె లోపల బ్రాహ్మణుడు ఉన్నాడు. రాజు గారికి మంగళ స్నానం చేయించడం అతని పని. సర్వకాలాలలో దేవతా మూర్తిని కనిపెట్టుకొని ఉండడం అతని బాధ్యత. సంబజ్జగౌడ కూడా రాజుతోనే ఉన్నాడు. రాజు గుడారంలో ఎల్లవేళలా సేవలు అందించుటకు కొజ్జాలు ఉన్నారు. రాత్రంతా బయట రక్షక భటులు కాపలా కాస్తున్నారు.

యుద్ధశిబిరంలో ప్రతి సేనావిభాగంలో ప్రత్యేకమైన అంగడి ఉంది. ఈ అంగడిలో గొర్రెలు, మేకలు, కోళ్ళు, పందులు, కుందేళ్ళు, పిచ్చుకలు అమ్మకానికి ఉన్నాయి. అనేక రకాల బియ్యం, ధాన్యాలు, మొక్కజొన్న, పెసలు దొరుకుతున్నాయి.

విజయనగర సైనికుల శిబిరం తుంగభద్ర నుండి కృష్ణ వరకు ఎనభై మైళ్ళ పర్యంతం విస్తరించి ఉంది. అళియ రామరాయలు తవరగేరి, కృష్ణగేరి (కన్నగేరి) గ్రామాల మధ్య మకాం వేశాడు. నిజాంషా భీమరతీ నదిని దాటి ఫిరోజాబాద్ గ్రామం వెలుపల శిబిరం వేసుకొన్నాడు. కుతుబ్‌షా రాయచూరు, ముద్గల్ మధ్యలో శిబిరం ఏర్పాటు చేసికొన్నాడు. పశ్చిమ భాగపు సైన్యానికి తిరుమలరాయలు, కేంద్ర భాగానికి అళియ రామరాయలు, దక్షిణ బాగానికి వెంకటాద్రిరాయలు నాయకత్వం వహిస్తున్నారు. తిరుమలరాయలకు వ్యతిరేకంగా బీజాపూర్ సుల్తాన్ అలీఆదిల్షా, అళియ రామరాయలకు వ్యతిరేకంగా అహమ్మద్‌నగర్ సుల్తాన్ హుసేన్ నిజాంషా, వెంకటాద్రి రాయలకు వ్యతిరేకంగా గోల్కొండ నవాబ్ ఇబ్రహీం కుతుబ్‌షాలు యుద్ధరంగంలోకి దిగారు. అళియ రామరాయలు తొంభై ఏండ్లు పైబడ్డవాడే కానీ ముప్పై ఏళ్ల యువకుడి ధైర్య సాహసాలు ఉన్న మనిషి. అళియ రామరాయలు తన విజయం పట్ల ఎంత విశ్వాసంతో ఉన్నాడంటే హుసేన్ నిజాంషా తల నరికి తీసుకరమ్మని, ఆలీఆదిల్షా, ఇబ్రహీం కుతుబ్‌షాలను మాత్రం సజీవంగా బందీలుగా తీసుకరమ్మని వారిని జీవితాంతం ఇనుప పంజరాలలో ఉంచగలననీ ప్రకటించాడు.

యుద్ధప్రదేశంలో ఏర్పాటు చేసిన ఎత్తైన మండపం పైకి అళియ రామరాయలు ఎక్కాడు. దాదాపు ఐదు లక్షల మంది సైనికులు, పదిహేనువేల ఆశ్వికదళం, వెయ్యి ఏనుగులు యుద్ధరంగంలో కేంద్రభాగంలో ఉన్నాయి. దక్షిణ భాగంలో రెండులక్షల పదాతి దళం, ఇరవైవేల అశ్వికదళం, ఐదువందల ఏనుగులు ఉన్న సైనిక విభాగానికి వెంకటాద్రి నాయకత్వం వహిస్తున్నాడు. శాలివాహనశకం 1486, రక్తాక్షినామసంవత్సరం, మాఘమాసం, అమావాస్య రోజున (క్రీ.శ. 1565, జనవరి23 సోమవారం రోజున) భీకరయుద్ధం మొదలయ్యింది. సహజ వీరుడైన వెంకటాద్రి శత్రువుల గుండెల్లో గుబులు పుట్టిస్తున్నాడు. తిరుమల కుమారుడు అయిన రఘునాథుడు అభిమన్యుడివలె కదన ఉత్సాహంతో విజృంబిస్తున్నాడు.

కదనరంగంలో ఫిరంగులు అల్లకల్లోలం సృష్టిస్తున్నాయి. యుద్ధం

హోరాహోరీగా సాగుతోంది. మధ్య భాగంలో హుసేన్ నిజాంషా దళాలపై దాడి చేయడానికి రామరాయలు అనుమతి ఇచ్చాడు. సూర్యుడు ఆకాశంలో గత పది రోజులుగా తన ప్రతాపం చూపిస్తున్నాడు. అళియ రామరాయల సైన్యం ధాటికి హుసేన్ నిజాంషా సైన్యం అరమైలు దాకా వెనక్కు వెళ్ళింది. రెట్టించిన ఉత్సాహంతో విజయనగర సైన్యాలు హుసేన్ నిజాంషా సైన్యాలను "గరుడ గరుడ" అని కేకలు వేస్తూ తరిమి కొడుతున్నాయి.

అళియ రామరాయలు ఉత్సాహంగా ఉన్నాడు. యుద్ధంలో రణోన్మాదంతో శత్రువుల రక్తం కళ్ళజూస్తున్న సైనికులకు అళియ రామరాయలు ఆభరణాలు, విలువైన రంగురాళ్ళు తక్షణ బహుమతిగా ఇస్తున్నాడు. దక్షిణభాగాన వెంకటాద్రి సుల్తానుల దళాలలోకి చొచ్చుక పోతున్నాడు. వెంకటాద్రి ధాటికి సుల్తాన్ సైన్యాలు నిలువలేక పోతున్నాయి. విజయనగర సైన్యానికి విజయం ఇక ఎంతోదూరంలో లేదనే ఆత్మవిశ్వాసం కలుగుతోంది. తిరుమల నాయకత్వం వహిస్తున్న విజయనగర సైన్యాలకు వ్యతిరేకంగా బీజాపూర్ సుల్తాన్ ఆలీఆదిల్షా సైనికాధికారి అయిన కిశ్వర్‌ఖాన్ లారీ యుద్ధాన్ని పర్యవేక్షిస్తున్నాడు. కిశ్వర్‌ఖాన్ లారీ యుద్ధ తంత్రాన్ని గ్రహించిన తిరుమల "ఫిరంగులను పేల్చండి" అని ఆదేశాలు ఇచ్చాడు.

హుసేన్ నిజాంషా మొదటి వరుసలో పెద్ద ఫిరంగులను, రెండవ వరుసలో చిన్న ఫిరంగులను, చివరి వరుసలో తేలిక పాటి తుపాకులను ఉంచాడు. మూడు వరుసల ఫిరంగులు కనిపించకుండా రెండువేల మంది విలుకాండ్లు నిలుచున్నారు. అది తెలియని అళియ రామరాయలి సైన్యం సమీపించగానే విలుకాండ్లు తొలగి పోయారు. ఫిరంగులు మ్రోగాయి. చాలామంది విజయనగర సైనికులు మరణించారు.

*****

యుద్ధం ప్రారంభమై దాదాపు అయిదు మాసములు కావొస్తున్నది. సంబజ్జగౌడ తన గుడారములో నిరాశ నిస్పృహలలో ఉన్నాడు. ఈ రోజే కాదు యుద్ధం ప్రారంభం అయిన వారం రోజులనుండి అతను అశాంతిగానే ఉన్నాడు. అశాంతి రోజురోజుకు పెరుగుతోందే గానీ తగ్గడం లేదు. ముద్దుకుప్పాయి, తనూ యుద్ధం రాజ్యరక్షణ కోసం అనీ, ఒక సైనికుడిగా అది ప్రథమ కర్తవ్యమనీ భావించారు. యుద్ధం ప్రారంభమునకు ముందు యుద్ధం గురించి వారిద్దరకూ ఉన్న అభిప్రాయాలు సరికావని సంబజ్జగౌడకు ఆచరణలో అర్థమౌతోంది.

యుద్ధం హింసకు మూలమని అవగతం అవుతోంది. వీరులకు యుద్ధం ఉత్తేజకరమైనదిగా, తమ శౌర్యాన్ని నిరూపించుకొనేందుకు అవకాశంగా భావించాడు. సైన్యం చట్టబద్ధమైనది కాబట్టి యుద్ధం ఆమోదయోగ్యమైనదని అనుకొన్నాడు. యుద్ధం నేరమని లేదా దానిని అంగీకరించడం నేరపూరితమైన వైఖరి అని అతడు భావించలేదు. అది భయంకరమైనది, అగ్ని వంటిది అని గ్రహిస్తున్నాడు. దాని ఇంధనం జీవరాశులనీ, ఏ సైనికుడు కూడా యుద్ధంలో తను గాయపడాలనీ, చనిపోవాలనీ కోరుకోడనీ, తమ ప్రియమైన వారెవరూ తమకు అలాంటి హానీ జరగగూడదనే కోరుకొంటారనీ అతడు గ్రహిస్తున్నాడు. ఈ విషాదం యొక్క పరిధిని చూస్తున్న సంబజ్జగౌడకు భయం వేస్తోంది.

చిన్నతనంలో సంబజ్జగౌడకు సాహసకార్యాలంటే మిక్కిలి ఆసక్తి. ఆ ఆసక్తి అతడిని క్రమంగా సైనికుడిగా రూపుదిద్దుకోనేట్లు చేసింది. ఆ ఆసక్తి అతడిని ఒక ఊబిలో చిక్కుకొనేట్లు చేసింది. ఒక సైనికుడు శత్రు సైనికుడిని మొదటగా చంపినప్పుడు కలవర పడతాడు. మనసు కకావికలమౌతుంది. అయితే అతడు చంపడం కొనసాగించినప్పుడు అది చాలా సాధారమైన అనుభూతిని కలిగిస్తుంది. కాలక్రమేణా అతడు దానికి అలవాటు పడిపోతాడు. కానీ సంబజ్జ గౌడ విషయంలో అలా జరగడం లేదు.

అన్యాయాన్ని ఎదిరించి న్యాయాన్ని గెలిపించడానికి యుద్ధం చేయడంలో తప్పులేదు. కానీ ప్రస్తుతం జరుగుతున్న యుద్ధం న్యాయ అన్యాయాలకు సంబంధించనిదిగా అతడికి తోస్తోంది. అప్పుడప్పుడు తానూ చిన్న పిల్లవాడిలా మనసులోనే ఏడుస్తున్నాడు. ముద్దుకుప్పాయి గుర్తుకువచ్చినప్పుడంతా తను తప్పక జీవించాలి అనుకొంటున్నాడు. యుద్ధక్షేత్రంలో ఉన్నపుడు ఈ సంఘర్షణ అతడికి కలగడం లేదు.

సాయంత్రపు యుద్ధ విరమణ తరువాత ఇటువంటి ఆలోచనలు అతడిని ఉక్కిరిబిక్కిరి చేస్తున్నాయి. నిద్రకు దూరం చేస్తున్నాయి. విజయనగర రాజులు, పంచపాదూషాలు ప్రతీకారం సాకుతో తరం నుండి తరానికి ఈ యుద్ధభీభత్సాన్ని కొనసాగిస్తున్న ఒక ప్రక్రియగా అతడికి తోస్తోంది. యుద్ధంలో చనిపోయినవారు కాకుండా యుద్ధం తరువాత జీవించే వారు యుద్ధం తాలూకు భయంకర అనుభవాలు మరవలేక పోతుంటారు. ఈ యుద్ధంలో సంబజ్జగౌడకు రక్తం, శ్రమ, కన్నీళ్లు, చెమట తప్ప అందిచడానికి ఏమీ లేదు అనిపిస్తోంది.

తన సైనిక వైభవం రక్తపు జల్లులతో ఏర్పడిన ఇంద్రధనస్సు వంటిది. దాని ఉనికి ఎవరిని సంతోషపెడుతుంది?

కలవర పెడుతున్న ఆలోచనలతో నిద్రపట్టని సంబజ్జగౌడకు హఠాత్తుగా వలంది గుర్తుకు వచ్చింది. మంచం పైనుండి దిగ్గున లేచాడు. లేచినదే తడవుగా గుడారం బయటకు వచ్చాడు. వలందిని వెతుకుతూ యుద్ధశిబిరంలోని గుడారాల మధ్యన ఉన్న దారులగుండా ఆరా తీసుకొంటూ వెళుతున్నాడు. ఇన్నిరోజులుగా తను బయటకు రాలేదు. కానీ ఇప్పుడు శిబిరాల గుండా వెళుతూ ఉంటే ఇదో కొత్త ప్రపంచంగా తోస్తోంది. పొట్టేలు, అడవి పంది, కుందేలు వంటి జంతువుల మాంసమును కాలుస్తూ ఉన్నారు. పూటుగా మద్యం సేవించిన సైనికులు కాల్చిన మాంసమును ఎగబడి తింటున్నారు. కాల్చుతున్న మాంసపు ఘాటైన వాసనలు అతడికి ఊపిరి ఆడకుండా చేస్తున్నాయి. దానికి తోడు సైనికులు తాగిన మద్యపు వాసనలు అతడిని ఇబ్బంది పెడుతున్నాయి. వాళ్ళను చూస్తే ఒక్కడికి కూడా యుద్ధం గురించిన దిగులు లేదనిపిస్తోంది. ఈ మజా చేయించడానికే నరపతి వీరికి ఏరోజు జీతం ఆరోజు ఇస్తున్నది అని సంబజ్జగౌడ అనుకొన్నాడు. వేశ్యల గురించి తను ఆరా తీస్తూ ఉంటే అందరూ అదోరకమైన నవ్వుతో దారి చూపుతున్నారు.

వేశ్యలు ఉన్న గుడారాల వద్ద సైనికులు గుంపులు గుంపులుగా ఉన్నారు. ఒకరిని ఒకరు తిట్టుకొంటూ, తోసుకొంటూ నేను ముందుగా వెళతానంటే నేను ముందని దొమ్మీ చేస్తున్నారు. కొంతమంది మల్లయుద్ధానికి తలపడుతున్నారు. వీరందనీ చూస్తూ సంబజ్జగౌడకు వలందిని తలచుకొని గాబరా పడుతున్నాడు. ఎట్టకేలకు వారినీ వీరినీ అడుగుతూ వలంది ఉన్న గుడారానికి చేరుకొన్నాడు. గుడారం బయట ఉన్న ఒక యువతి "మీకు ఎవరు కావాలి? ఎవరిని ఎంపిక చేసుకొంటారు? ఎంపిక చేసుకొన్న అమ్మాయిని బట్టి దుడ్డు ఉంటుంది" అన్నది.

"నాకు వలంది కావాలి" అన్నాడు.

"వలంది ఆరోగ్యం బాగా లేదు. తను మీ దగ్గరకు రాదు"

"నేను ఆమెకు కావలసిన వాడిని. మరో ఉద్దేశ్యంతో ఆమె గురించి అడగడం లేదు."

అక్కడ ఉన్న సైనికులు సంబజ్జగౌడ పట్ల చూపుతున్న విధేయతను గమనించిన యువతి యితడు ఎవరో ప్రముఖ సైనిక నాయకుడై ఉంటాడని భావించి "మీరు ఎవరు? వలందికి మీరు ఎవరని చెప్పాలి?" అని అడిగింది.

"సంబజ్జగౌడ అని చెప్పండి" అన్నాడు.

ఆ యువతి వెనుక వైపున ఉన్న చిన్న గుడారం వైపు వెళ్ళింది. కొన్ని క్షణాలలోనే "మిమ్ములను తీసుకరమ్మంది. తను నడవలేని స్థితిలో ఉంది" అంటూ సంబజ్జగౌడను చిన్న గుడారము వైపు తీసుకవెళ్ళింది. గుడారము లోపలకు వెళ్ళిన సంబజ్జ గౌడకు నేలపై నిస్సత్తువగా పడుకొని ఉన్న వలంది కనిపించింది. ఆ స్థితిలో వలందిని చూసిన సంబజ్జ గౌడకు కన్నీరు ఆగలేదు. పరుగున వెళ్లి ఆమె ప్రక్కన కూర్చొని "వలందీ ఏమిటిది?" అని ఆందోళనగా ప్రశ్నించాడు.

అతికష్టం మీద లేచి కూర్చొని నిస్సత్తువతో "ఇక్కడకు వచ్చిన నాలుగు మాసముల వరకు బాగానే ఉన్నాను. కానీ క్రమక్రమంగా నా శరీరం కృశించిపోతోంది. నా శక్తి చాలటంలేదు. తెలియని జబ్బులు నన్ను చుట్టుముట్టాయి. అయినా వీరు నన్ను వదలడంలేదు. ఇప్పటికీ నా శరీరంతో నా జీవితంతో ఆడుకొంటూనే ఉన్నారు. భరించే శక్తి నాకు లేదు. మీ గురించి తలుచుకోని రోజు లేదు. నేను ఈ ప్రపంచాన్ని వదలి వెళ్ళే ముందు ఒక్కసారైనా మిమ్ములను చూడగలనా అనుకొన్నాను. ఆ హంపీ విరూపాక్షుడి దయవలన ఈరోజు మిమ్ములను చూడగలుగుతున్నాను." అని బాధగా అంది.

" అలా అనవద్దు వలందీ! నీకు ఏమీ కాదు. నిన్ను విజయనగరకు పంపే ఏర్పాట్లు చేస్తాను."

"అది సాధ్యంకాదు సంబజ్జ గారూ! ఈ నరకం లోపలకు రావడమే గానీ బయటకు వెళ్ళే అవకాశం ఉండదు. నా తలరాత ఇలా రాయబడింది. మనం నిమిత్తమాత్రులం. నా సంగతి సరే, మీరు ఎలా ఉన్నారు?"

"యుద్ధంలో ఉన్న సామాన్యుల పరిస్థితి అందరిదీ ఒకే రకంగా ఉంటుంది వలందీ."

"మరిచాను. ముద్దుకుప్పాయి గారి వివరం ఏమైనా తెలిసిందా?"

"మనకు బయటి ప్రపంచంతో సంబంధమే లేని కారణంగా ఆమె వివరాలు ఏమీ తెలియవు."

"మీరు ఇద్దరూ ఒకటి కావాలని నేను ప్రతి దినమూ ఆ విరూపాక్ష స్వామిని వేడుకొంటున్నాను."

"విధి ఎలా వుందో మనకు ఎలా తెలుస్తుంది? వలందీ."

"మీ ఇరువురి వివాహాన్ని కళ్ళారా చూడాలనే నాకోరిక తీరేటట్లు లేదు."

"అలా అనవద్దు. నీ సమక్షంలోనే మా వివాహం జరుగుతుంది. నీ నిష్కల్మషమైన అభిమానం మా ప్రేమకు శ్రీరామ రక్ష."

"నేను బ్రతుకుతాను అనే నమ్మకం నాకు లేదు. రోజు రోజుకూ నా ఆరోగ్యం క్షీణిస్తోంది. ఈ వలందిని ఎప్పటికీ మరువకండి."

"నీవు పదే పదే మరణం గురించి మాట్లాడుతూ ఉంటే నాకు దుఃఖం వస్తోంది వలందీ."

"దుఃఖమునకు ఇది సమయం కాదు. మీకు తప్పక విజయం కలుగుతుంది. మీరు ముద్దుకుప్పాయి ఆనంద కరమైన జీవితం గడుపుతారు. మీ సంతోష జీవితంలో నన్ను అప్పుడప్పుడు గుర్తు తెచ్చుకొంటూ ఉండండి."

"వలందీ! నేను నిన్ను ఇక్కడ నుండి పంపడానికి నా శాయశక్తులా కృషి చేస్తాను. నీవు దిగులు చెందవద్దు."

"మీ అభిమానానికి ధన్యురాలను. అంతటి అవకాశము వచ్చేవరకు కూడా నేను ఉంటానా? అనేది సందేహాస్పదమే"

"అలా అనకు వలందీ! తప్పక నీవు ఇక్కడనుండి బయటపడి ఆరోగ్యవంతురాలౌతావు"

"మీ పాదాలకు నమస్కరించే అవకాశం ఒక్కసారి నాకు ఇవ్వరా?" అని ప్రాధేయపడింది.

"ఈ స్థితిలో పాదాభివందనాలు ఎందుకు?" అంటూ ఉండగానే వలంది సంబజ్జగౌడ పాదాలను చేతితో తాకి కళ్ళకు అద్దుకొంది.

"ఇక మీరు బయలు దేరండి. సమయము మించినది. ఉదయాన్నే యుద్ధభూమికి వెళ్ళవలసిన వారు. జాగ్రత్తగా ఉండండి. మీకోసం ఒక అమ్మాయి తన జీవితాన్ని పంచుకోవడానికి ఎదురుచూస్తూ ఉందన్న విషయాన్ని

మరువకండి." అని చెబుతూ బలవంతంగా సంబజ్జగౌడను అక్కడ నుండి పంపించింది. బరువెక్కిన హృదయంతో సంబజ్జగౌడ వలందిని విజయనగరకు పంపే మార్గం గురించి ఆలోచిస్తూ తన గుడారం చేరుకొన్నాడు. కళ్ళు మూసుకొంటే నిస్సహాయమైన వలంది రూపమే మనసులో మెదలుతూ నిద్ర లేకుండా చేస్తోంది.

*****

హుసేన్ నిజాంషా సైన్యాధికారైన రూమీఖాన్ ఒక కొత్త ఎత్తుగడ వేశాడు. ఫిరంగులలో రాగి నాణేలు దట్టించి పేల్చడంతో ఆ దాడి మహావినాశనకరంగా పరిణమించింది. ఒక్క పేలుడుతోనే వందలాది విజయనగర సైనికులకు రాగి నాణేలు శరీరంలో గుచ్చుకోవడం వలన పెద్ద ఎత్తున మరణించారు. తిరుమల కుమారుడైన రఘునాథుడు తీవ్ర దాడికి గురయ్యాడు.

కిశ్వర్‌ఖాన్ లారీ వ్యూహంలో భాగంగా ఆలీఆదిల్షా సైన్యం తిరుమలరాయల తలపై దాడిచేయ ప్రయత్నించినది. తిరుమలరాయల శిరస్త్రానం ఎగిరి కిందపడింది. ఇంతలో ఆలీఆదిల్షా సైనికుడొకడు అతని తల మధ్య నుండి ఎడమకన్ను గుండా బరిసెను గుచ్చాడు. అయిననూ తిరుమలరాయలు అత్యంత ధైర్య సాహసాలతో ప్రతిఘటిస్తూనే ఉన్నాడు. విజయనగర సైనికులు తక్షణమే స్పందించి తిరుమలరాయలి చుట్టూ రక్షణవలయంగా నిలబడ్డారు. తిరుమలరాయలకు అశ్వపగ్గాలు అందించారు. అతను తలనుండి, ఎడమకన్ను నుండి కారుతున్న రక్తాన్ని లెక్కచేయక గుర్రంమీదకు ఎగిరి కూర్చొన్నాడు. అతడికి రక్షణ వలయంగా సైనికులు నడుస్తూ విశ్రాంతి నిమిత్తము శిబిరానికి జాగ్రత్తగా తరలించారు. వైద్యులు హుటాహుటిన వైద్యం ప్రారంభించారు.

తిరుమలరాయలను గాయపరచిన ఆలీఆదిల్షా సైన్యంపై సైనికులు విరుచుకపడ్డారు. ఏనుగుల పదఘట్టనల క్రింద బీజాపూర్ సైనికులు నుజ్జునుజ్జు అవుతున్నారు. ఈ ఘటనతో బీజాపూర్ సైన్యం గణనీయంగా తుడిచిపెట్టుక పోయింది. ముస్లిం సైన్యాల కేంద్రభాగానికి నాయకత్వం వహిస్తున్న హుసేన్ నిజాంషా తన ప్రధాన సైనిక అధికారైన రూమీఖాన్‌ను పిలిపించి ఏదో మాట్లాడాడు. అతను తలూపుకొంటూ మైదానంలోకి దూసుక వెళ్ళాడు.

ఒక దళవాయి తనవైపు దూసుక రావడాన్ని అళియ రామరాయలు గమనించాడు. ఏదో ముఖ్యవార్త లేకపోతే దళవాయి అలారాదనుకొన్నాడు.

"మీరు తెచ్చిన వార్త ఏమిటి?"

సమాధానం చెప్పేందుకు దళవాయి నీళ్ళు నమిలాడు.

"ఫర్వాలేదు. ఏమిటి ఆ వార్త?"

"మీ పెద్ద కుమారుడు కృష్ణప్ప యుద్ధంలో మరణించాడు ప్రభూ"

అళియ రామరాయలి వృద్ధ శరీరం కోపంతో, వేదనతో వణికింది. ఒక్క క్షణం నోట మాట రాలేదు. వెంటనే తేరుకొని "వెంకటాద్రి సంగతి ఏమిటి?" అని దుఃఖంలోనే ప్రశ్నించాడు.

"మెరుపు దాడులతో నిజాం సైన్యాన్ని ముప్పుతిప్పలు పెట్టిస్తున్నాడు మహారాజా"

"ఏమైనా సమస్యలు ఉన్నాయా?"

"అహమ్మద్‌నగర్ సైన్యాల ఫిరంగులు గందరగోళం సృష్టిసున్నాయి. సైనికులు పారిపోతున్నారు మహారాజా"

రామరాయలు కలవర పడలేదు. ఆత్మవిశ్వాసంతో ఉన్నాడు. రామరాయల చేతి సైగతో మావటి 'రాజహంస'ను ముందుకు కదిలించాడు. అళియ రామరాయలు తన బలగాలను ప్రోత్సహించాలన్న అభిప్రాయంతో తన శిబిక నుండి దిగి మణి మాణిక్య ఖచితమైన సింహాసనంపై ఆసీనుడు అయ్యాడు. తన కోశాధికారిని తన చుట్టూ కుప్పలుగా ధనాన్ని ఏర్పాటు చేయమని ఆజ్ఞాపించాడు. మరణ భయాన్ని పోగొట్టే శక్తి డబ్బుకున్నది. ఆ ధనాన్ని అతని దృష్టిని ఆకర్షించిన అనుచరులకు బహుకరించాలనేది ఆయన అభిప్రాయం.

అళియ రామరాయలు స్వయంగా యుద్ధంలో దూకుతున్నాడని గ్రహించడానికి సంబజ్జగౌడకు ఎంతోసేపు పట్టలేదు. చక్రవర్తి స్వయంగా యుద్ధంలో వెళ్ళడాన్ని వారించడానికి సంబజ్జగౌడ ప్రయత్నించాడు. తన కొడుకు మరణం కారణంగా అళియ రామరాయలు పగతో రగిలిపోతున్నాడు. సంబజ్జగౌడ మాటలను పట్టించుకోలేదు. సంబజ్జగౌడ సంజ్ఞతో మిగిలిన సైనికులు అళియ రామరాయలకు వలయంగా ఏర్పడ్డారు.

ఏనుగు ముందుకు దూసుకపోతున్నప్పుడు వాయిద్యాలహోరు పెరిగింది. సామంతులు అళియ రామరాయలు చూపుతున్న ధైర్య, సాహసాలకు

ప్రేరణ పొంది వారూ అతడిని అనుసరించారు. అళియ రామరాయలి అధికార వాహనం 'రాజహంస' సైనికుల 'గరుడ గరుడ' కేకలమధ్య వేగంగా కదిలింది. పగతో రామరాయలి దాడి కరంగా మారింది. హుసేన్ నిజాంషా సైన్యం యోజనంలో పదోవంతు దూరం వెనక్కు పోయింది. హుసేన్ నిజాంషా తన సైన్యాన్ని వెనక్కు వెళ్ళమని కోరాడు. ఆలీఆదిల్షా దీనిని చూసి పశ్చిమం వైపునుండి మరిన్ని సైన్యాలను కేంద్రభాగానికి పంపించాడు. కిశ్వర్‌ఖాన్ లారీ, రుమీఖాన్, గోల్కొండకు చెందిన ముస్తఫాఖాన్, రిఫీత్ ఖాన్ మొదలైనవారంతా కేంద్ర భాగానికి చేరుకొన్నారు. నిజాం సైన్యం పర్షియా భాషలో అరుస్తోంది.

అనుకోకుండా విజయనగర సైన్యంలో అపూర్వమైన కదలిక వచ్చింది. సైనికులు గుంపులు గుంపులుగా పరుగులు తీస్తున్నారు. హుసేన్ నిజాంషా సైన్యం పర్షియన్ భాషలో అరుస్తోంటే దానికి ప్రతిగా వీరు "గరుడ గరుడ" అని కేకలు పెట్టడం ప్రారంభించారు. కన్నడ రాజ్యాధిపతులు అళియ రామరాయలి సైగలతో కేంద్రభాగంలోకి దూసుక వెళ్ళడం ప్రారంభించారు. అయితే హఠాత్తుగా విజయనగర సైన్యంలోని ముస్లిం సైనికులు తమ సైనికులనే చంపడం ప్రారంభించారు. తమవారే తమ సైన్యాన్ని చంపుతూ ఉండడాన్ని చూసిన విజయనగర సైన్యాలు అల్లకల్లోలానికి గురైనాయి. అళియ రామరాయలకి మోసం జరుగుతూ ఉన్నదన్న విషయం అర్థం అవ్వడానికి ఎంతో సమయం పట్టలేదు.

తన స్వంత మనుషులు చేస్తున్న ద్రోహాన్ని జీర్ణించుకోలేక పోయాడు. బెంబేలెత్తిన విజయనగర సైన్యం చెల్లాచెదురు అయ్యింది. విజయనగర సైన్యాల మధ్యకి అహమ్మద్‌నగర్, బీజాపూర్ సైన్యాలు చొరబడ్డాయి. విజయనగర సైన్యంలో నమ్మి తీసుకొన్న కొంతమంది ముస్లిం సైనికులను హుసేన్ నిజాంషా ఆశచూపి తమ వైపు తిప్పుకొన్నాడు.

విజయనగర బలగాలు ప్రాణభయంతో వెనక్కు తగ్గుతున్నాయి. బీజాపూర్ సైన్యాదక్షుడు కిశ్వర్‌ఖాన్ లారీ సింహాసనంపైనున్న అళియ రామరాయలను గుర్తించాడు. అక్కడి పరిస్థితిని అర్థం చేసికోవడానికి సంబజ్జగౌడ ప్రయత్నం చేస్తున్నాడు. సంబజ్జగౌడ వారిస్తున్నా వినకుండా అళియ రామరాయలు అంబారీ దిగాడు. పల్లకీ వైపు నడుస్తున్నాడు. రాజద్రోహం కారణంగా స్వంత సైనికులే తోటి సైనికులను చంపుతుండడం వలన ఏర్పడిన గందరగోళంలో బెదిరిన ఒక ఏనుగు పిచ్చి పట్టినట్లు అళియ

రామరాయలి అంగరక్షకులపైకి దూసుకెళ్లింది. సంబజ్జగౌడ పదునైన కత్తితో ఏనుగుపై దాడి చేయడానికి ప్రయత్నించాడు. దాంతో ఏనుగు మరింత ఆగ్రహించింది. గుర్రం ఎక్కుతున్న రామరాయలను తొండంతో విసురుగా తోసింది. దాంతో గుర్రం అధిరోహించబోతున్న రామరాయలు అదుపు తప్పి క్రింద పడ్డాడు. అంతలో సంబజ్జగౌడ కేకలు పెడుతూ రాజుకు ఏనుగుకు మధ్యలో ప్రవేశించాడు. ఉన్మాదంగా ఉన్న ఏనుగు సంబజ్జగౌడను తొండంతో పట్టుకొని విసురుగా నేలకేసి కొట్టింది.

"ప్రభూ! మీరు తొలగిపొండి. వెంటనే తొలగిపొండి" అని సంబజ్జగౌడ అరుస్తూ కిందపడినవాడు పైకి లేచి చేతిలోని కత్తితో ఏనుగు వైపు దూకాడు. ఉన్మాదంగా ఉన్న ఆ ఏనుగు తొండంతో మరోసారి దాడి చేయడానికి ప్రయత్నిస్తోంది. తొండాన్ని గట్టిగా పట్టుకొన్న సంబజ్జగౌడను ఏనుగు బలంగా విసిరివేసింది. దాని ధాటికి పది అడుగుల దూరంలో పడ్డాడు. ఏనుగు ముందటి కాలుతో సంబజ్జగౌడను బంతిలా తన్నింది. ఆబలమైన దెబ్బకు అతను అమ్మా! అని కేక పెట్టాడు. మిగిలిన సైనికులు ప్రాణ భయంతో ఎవరూ అటువైపు వెళ్ళే సాహసం చేయడం లేదు. కాళ్ళతో పిచ్చిపట్టిన దానివలె తొక్కివేస్తోంది. ఒంటిలోని ఎముకలు పిండిపిండై పోతున్నాయి. కాళ్ళూ చేతులు విరిగాయి. కదలడానికి కూడా చేతకాకున్నది.

సంబజ్జగౌడ కళ్ళు భైర్లు కమ్ముతున్నాయి. బాధతో మూలుగుతున్నాడు. మూతపడుతున్న కళ్ళలో అతడికి దుఃఖితురాలైన ముద్దుకుప్పాయి రూపం తప్ప మరేమీ కనిపించడం లేదు. "పంచభూతాల సాక్షిగా నిన్ను వివాహం ఆడుతున్నా" అన్న మాటలు చెవిలో మారుమ్రోగుతున్నాయి. కళ్ళ ముందు దృశ్యాలు మసక బారుతున్నాయి. ముద్దుకుప్పాయి రూపం కళ్ళల్లో మెదలుతూ ఉండగానే సంబజ్జగౌడ కళ్ళు మూతలు పడ్డాయి.

గుర్రం ఎక్కడానికి ప్రయత్నించి క్రిందపడ్డ అళియ రామరాయలి వైపు రూమీఖాన్ ఖడ్గంతో దూసుకపోతున్నాడు. విజయనగర సైనికులు "చంపవద్దు. చంపవద్దు. ఆయన విజయనగర చక్రవర్తి అళియ రామరాయలు. వారిని మీ సుల్తాన్ దగ్గరకు తీసుక వెళ్ళండి" అని గట్టిగా కేకలు పెట్టారు.

రూమీఖాన్ ఒక్కక్షణం ఆలోచించాడు. తను ఇపుడు అళియ రామరాయలను చంపివేస్తే విజయనగర సైన్యాలు రెచ్చిపోయి కోపంతో

తనమీద తెగించి మొండిగా దాడి చేయవచ్చు. మొండివాడు రాజుకన్నా బలవంతుడు. అనవసరంగా ముప్పును కొని తెచ్చుకొన్నట్లుంటుంది. కాబట్టి బంధించి హుసేన్ నిజాంషా ముందు ప్రవేశ పెట్టడమే ఉత్తమమని ఆలోచించాడు. అళియ రామరాయలి రెండు చేతులను వెనుకకు విరచికట్టి హుసేన్ నిజాంషా గుడారం దగ్గరకు తీసుక వెళ్ళాడు. బందీగా అళియ రామరాయలు మౌనంగా వెళుతూ ఉంటే 'రాజహంస' మూగ సాక్షిగా విషాదవదనంతో రామరాయలిని చూస్తోంది.

గుడారం లోపల సింహాసనంపై హుసేన్ నిజాంషా అసీనుడై ఉన్నాడు. తమది పైచేయిగా ఉందన్న వేగుల సమాచారం మేరకు ఖుషీగా ఉన్నాడు. అంతలో రూమీఖాన్ ప్రవేశానికి అనుమతి అడిగాడు. "దయచేయండి" అన్నాడు హుసేన్ నిజాంషా.

బందీగా ఉన్న రామరాయలితో రూమీఖాన్ లోపలకు ప్రవేశిస్తూ ఉండడాన్ని చూసి తన కళ్ళను తాను నమ్మలేక పోయాడు. రూమీఖాన్ అళియ రామరాయలను ఒక్క తోపుతో కసిగా లోపలకు తోశాడు. చేతులు వెనక్కు కట్టబడి ఉండడం వలన రామరాయలు తూలి మోకాళ్ళపై పడ్డాడు. తన ఎదురుగా నిస్సహాయంగా మోకాళ్ళపై కూర్చొన్న రామరాయలిని చూసి హుసేన్ నిజాంషా ఆనందానికి అవధులు లేవు. అళియ రామరాయల దీనస్థితిని చూసి కరమైన ఆనందాన్ని పొందుతున్నాడు.

తొంబై ఏళ్ల పైబడిన వయసులో ఉన్నప్పటికీ అళియ రామరాయాలి కళ్ళల్లో ముప్పై ఏళ్ల యువకుడి ఆత్మవిశ్వాసం తొణికిసలాడుతోంది. శత్రువు ముందు నిస్సహాయంగా మోకాళ్ళపై కూర్చొని ఉన్నాననే కించిత్ బాధ కూడా అతని ముఖంలో వ్యక్తం కావడం లేదు. తలపైన కిరీటం అలానే ఉంది. హుసేన్ నిజాంషా ఒక సైనికుడిని పిలిచి వెనక్కు విరచి కట్టిన చేతులకున్న తాళ్ళను విప్పమని ఆదేశించాడు.

"ఎలా ఉన్నారు?"

రామరాయలు సమాధానం ఇవ్వలేదు. ప్రశాంతంగా హుసేన్ నిజాంషా కళ్ళలోకి సూటిగా చూస్తున్నాడు.

"మమ్ములను తక్కువ అంచనా వేశావు. మా ఎత్తుగడల ముందు చిత్తైపోయావు" అంటూ వికటాట్ట హాసం చేసాడు హుసేన్ నిజాం షా.

రామరాయలు మనసులో "నా జీవిత చరమాంకంలో నీలాంటి నీచుడి ముందు మోకరిల్లి కూర్చొనే పరిస్థితి వొస్తుందని నేను ఊహించలేదు. అంతా విధి రాత. ఇలా జరగాలని ఉంది. జరుగుతోంది. నా ప్రారబ్ధం" అనుకొన్నాడు. రామరాయలి గాంభీర్యమైన మౌనం హుసేన్ నిజాంషాను పిచ్చివాడిని చేస్తోంది.

అక్కడే ఉన్న హుసేన్ నిజాంషా వైద్యుడు ఖాసీం బేగ్ తబ్రిజీ "రామరాయలి పెంపుడు కొడుకులుగా పిలువబడే ఆలీఆదిల్షా, కుతుబ్‌షాలు వస్తే ఇతడిని క్షమించి వదలి వేయమని చెబుతారు. అప్పుడు మనం పడిన ఈ శ్రమ అంతా వృథా అవుతుంది. వెంటనే చంపి వేయండి" అని అరిచాడు.

"అవును! ఆ ఆలీఆదిల్షా వస్తే లేనిపోని ప్రేమలను గుర్తు చేసికొని అడ్డుపడతాడు. అందునా యుద్ధానికి ముందే ఆలీఆదిల్షా, గోల్కొండ నవాబులు రామరాయలిని యుద్ధంలో చంపరాదని, ఖైదు మాత్రమే చేయాలని మాట తీసుకొన్నారు. యుద్ధం లో నియమాలు పాటించినవాడు విజేత కాలేడు. ఈ అవకాశాన్ని వదులు కున్నాం అంటే విజయనగరం మీద భవిష్యత్తులో మరెప్పుడూ విజయం సాధించలేం. అంతే కదా రామరాయలు గారూ" అంటూ హుసేన్ నిజాంషా పొడవాటి కత్తితో అళియ రామరాయలి తలను ఒక్క వేటుతో నరికి వేశాడు. అతడి తల రక్తం చిమ్ముతూ పదిఅడుగుల దూరంలో బంతి వలే ఎగిరి పడింది. మొండెం నుండి రక్తం జివ్వున చిమ్మింది. పంచపాదుషాలను మూడు చెరువుల నీళ్ళు తాగించిన అళియ రామరాయలి జీవితం హుసేన్ నిజాంషా చేతిలో ముగిసిపోయింది.

*****

రూమీఖాన్ సైన్యంపై తిరుమలరాయలు తన సైనికులతో తెగబడి దాడి చేస్తున్నాడు. కేంద్రభాగం నుండి వచ్చిన అంగరక్షక దళాలు తిరుమలరాయలతో కలిశాయి. అయితే అప్పటికే గాయపడి ఉన్న తిరుమల రాయలు తొందరగా అలసి పోతున్నాడు. అలసటతో గుర్రం పై కూర్చొన్నాడు. హఠాత్తుగా అతని భుజంపై ఒక నిండైన విగ్రహం కలిగిన వ్యక్తి చేయి పడింది. తిరుమలరాయలు ఉలికిపడి ఎవరని చూస్తే పెమ్మసాని ఎర్రతిమ్మ నాయుడు.

"మీ పై దాడికి వారు ప్రయత్నిస్తోంటే మీ దగ్గరకు వచ్చాను ప్రభూ" అని వివరణ ఇచ్చాడు.

"దాహంగా ఉంది నీరు ఇవ్వండి"

పెమ్మసాని ఎర్రతిమ్మనాయుడు తోలు సంచిలోని నీటిని తాగేందుకు ఇచ్చాడు.

"చక్రవర్తి ఎలా ఉన్నాడు తిమ్మనాయుడు?"

"ప్రభూ! మీకు తెలియదా? హుసేన్ నిజాంషా అళియ రామరాయల ప్రభువును చంపి వేశాడు. కేంద్ర భాగంలోని మన సైనికులు ఇప్పటికే చాలామంది పారిపోయారు."

ఈ మాట విన్న వెంటనే తిరుమలరాయలికి కాళ్ళ క్రింద భూమి కంపించినట్లయ్యింది. నోట మాట రాలేదు.

"ఎలా జరిగింది ఈ ఘోరం?" అని ప్రశ్నించినాడు.

వీరిరువురూ మాట్లాడుకొంటూ ఉండగా హుసేన్ నిజాంషా సైనికుడు ఒకడు పదునైన బరిసెతో తిరుమలరాయలిపై దాడి చేయడానికి వేగంగా వచ్చాడు. అప్రమత్తుడైన పెమ్మసాని ఎర్రతిమ్మనాయుడు రెప్పపాటులో వాడితలను ఒక్క కత్తివేటుతో నరికి వేశాడు. తిరుమలరాయలు పెమ్మసాని వైపు కృతజ్ఞతా పూర్వకంగా చూశాడు.

రెట్టించిన ఉత్సాహంతో తిరుమలరాయలు "మనం వెన్ను చూపరాదు. మన బలగాలన్నింటినీ కేంద్రభాగం వైపు మరలించండి. వెంకటాద్రిని కూడా తన దళాలతో ఇక్కడకు రమ్మని సందేశం పంపండి" అని అజ్ఞా పించాడు.

తిరుమలరాయాలి ఆజ్ఞవిన్న పెమ్మసాని ఎర్రతిమ్మనాయుడు బాధతో "ప్రభూ!వెంకటాద్రి ప్రభువు, అళియ రామరాయల పెద్ద కుమారుడు కృష్ణప్ప, మీ పెద్ద కుమారుడు రఘునాథుడు కూడా వీరమరణం పొందారు" అని చెప్పాడు. తిరుమల రాయలు కుప్పకూలాడు. కన్నీటి పర్యంతం అయ్యాడు.

"ప్రభూ! విచారపడుటకు ఇది సమయం కాదు. దండనాయకులు అందరూ పగతో రగలిపోతున్నారు. మాకు తక్షణ కర్తవ్యాన్ని నిర్దేశించండి" అని కోరాడు.

"నేను నాసోదరులను , కుమారులను కోల్పోయాను. నాకూ మరణం వచ్చివుంటే బావుండేది" అని దుఃఖంతో అన్నాడు.

"యుద్ధంలో మరణం సహజం కదా ప్రభూ! తమరికి చెప్పగలవాడిని కాను. యుద్ధంలో మరణిస్తే వీరస్వర్గానికే కదా వెళ్ళునది" అని వోదార్చాడు.

"తిమ్మా! మిగిలిన నాముగ్గురు కుమారులు ఎక్కడ? ఏమైనా తెలిసినదా?"

"మీ చిన్నకుమారుడు వేంకటపతిరాయలు హంపీ నగరము నందున్నట్లు తెలిసినది. మిగిలిన ఇద్దరి గురించి తెలియదు ప్రభు. ఇప్పుడే తెలుసుకొంటాను"

"దాచకు తిమ్మా!"

"ఆన ప్రభూ!"

"నా కుటుంబాన్ని పెనుగొండకు తరలి వెళ్ళమని సందేశం పంపండి"

"ఇది వేగిర నిర్ణయం ప్రభూ! కాస్త సమయం తీసుకోండి"

అంతలో బీజాపూర్ సైన్యాలు, అహమ్మద్‌నగర్ సైన్యాలు తిరుమలరాయలిను చుట్టుముట్టాయి. అతనిలోని రాజవంశపు రక్తం యుద్ధం చేయమని ప్రేరేపిస్తోంది. వాస్తవం యుద్ధరంగం నుండి వెళ్లి పొమ్మంటోంది. అంతలో ఒక ఫిరంగి గుండు నిప్పులు కక్కుతూ తిరుమలరాయలి వైపు వస్తుండడాన్ని పెమ్మసాని ఎర్రతిమ్మనాయుడు గమనించి దానికి అడ్డుగా వెళ్ళాడు. పెమ్మసాని శరీరం తునాతునకలై పోయింది.

"అయ్యో! పెమ్మసానీ నాకోసం నీ ప్రాణాలను బలి ఇచ్చావా? రెండుసార్లు కాపాడి మూడోసారి నీ ప్రాణాలనే అడ్డుగా పెట్టి నన్ను కాపాడావా? నీ ఋణం ఎలా తీర్చుకోనేది" అంటూ కన్నీరు మున్నీరయ్యాడు. పోరాటమా? పలాయానమా? అన్న ఆలోచన వచ్చింది. యుద్ధంలో పాల్గొనడం అసాధ్యమని మనసు చెబుతోంది. అనుకొన్నదే తడవుగా గుర్రాన్ని హంపీ వైపుకు పరిగెత్తించాడు. గాయమైన ఎడమకన్ను నుండి రక్తం ధారగా కారుతోంది. తలకు అయిన గాయం విపరీతంగా నొప్పి పెడుతోంది. అక్కడకు ఎనిమిది యోజనాల దూరం ఉన్న హంపీని ప్రాణాలతో చేరుకోగలనా? అనే సందేహంతో గుర్రాన్ని హంపీ వైపు వేగంగా పరిగెత్తిస్తున్నాడు.

తిరుమలరాయలు కృష్ణానదీ తీరం వెంబడి గుర్రంపై దౌడు

తీస్తున్నాడు. ఎడమకన్ను పూర్తిగా కనిపించడం లేదు. కుడికన్నుతో మాత్రమే దారి చూడగలుగుతున్నాడు. నదిలోని నీరు ఎరుపురంగులో ప్రవహించడాన్ని చూసిన తిరుమలరాయలు ఊచకోత ప్రారంభం అయినట్లుందని బాధగా గొంతెత్తి ఏడ్చాడు. కనుచూపు మేరలో హంపీనగరం మసక మసకగా కనిపిస్తోంది. హంపీని చూసిన వెంటనే శక్తిని అంతా కూడగట్టుకొని గుర్రాన్ని వేగంగా అదిలించాడు. తన కుటుంబ సభ్యులను కలిసిన మరుక్షణమే తన ప్రాణం పోయినా ఫర్వాలేదు అనుకొన్నాడు. స్పృహతప్పి గుర్రం పైననే వాలిపోయాడు.

9

మహల్‌లో మంచంపై పడుకొని వున్న తిరుమలరాయలు కళ్ళు తెరిచే ప్రయత్నం చేస్తున్నాడు. ఎడమకంటికి కట్టుకట్టి ఉండడం వలన కుడికన్నును మాత్రమే బలవంతంగా తెరవడానికి ప్రయత్నిస్తున్నాడు. కొద్దిగా తెరుచుకున్న కుడికన్ను ద్వారా ఎదురుగా ఉన్న మనుషులు మసక మసకగా కనిపిస్తున్నారు. పైకి లేవడానికి ప్రయత్నిస్తున్నా సాధ్యం కావడం లేదు. ఆస్థాన వైద్యుడు ఏవో పసర్లు తయారు చేసే పనిలో మునిగి ఉన్నాడు. తిరుమలరాయలికు ఎడమవైపున మంచంపై అతడి భార్య చెన్నమ్మదేవి ఆందోళనగా లేవడానికి ప్రయత్నిస్తున్న అతడిని వద్దని వారిస్తోంది.

అతి కష్టం మీద కుడికన్ను తెరచి కన్ను చిట్లించి చుట్టూ చూశాడు.

"నేను ఎక్కడున్నాను?" అని లోగొంతుకతో ప్రశ్నించాడు.

"మన మహల్‌లో ప్రభూ "

"ఎలా వచ్చాను ఇక్కడకు?"

"మీరు మొదటి ద్వారానికి యోజన దూరంలో స్పృహతప్పి గుర్రంపైన వాలిపోయుంటే మన సైనికులు గుర్తించి తీసుక వచ్చారు. తలకు, కన్నుకు బలమైన గాయాలు అయ్యాయి. ఆస్థాన వైద్యుడిని పిలిపించి వైద్యం చేయిస్తున్నాం. ఇప్పుడే మెలకువలోకి వచ్చారు." అంది చెన్నమ్మదేవి.

"రామరాయలు, వెంకటపతి రాయలు, శ్రీరంగ రాయలు ఎక్కడ?"

"అదిగో మీ ఎదురుగానే ఉన్నారు"

"రఘునాథరాయలు మనలను వదలి వెళ్ళాడు" అంటూ రోదించాడు.

"విధి రాత ప్రభూ" అంటూ చెన్నమ్మదేవి కళ్ళనీళ్ళు పెట్టుకొంది.

"విజయనగర సర్వనాశనం అయ్యింది. అంతా నా ప్రారబ్ధం"

"బాధ పడకండి మహారాజా! విధిరాతను ఎవరు మార్చగలరు?"

"మనకు సమయం లేదు. తక్షణమే చెరసాలలో ఉన్న సదాశివరాయలికి విషయం తెలియ పరచండి. మన దండనాయకులను, దళవాయిలనూ, సైనిక అధికారులనూ అత్యవసర సమావేశానికి పిలిపించండి" అని ఆజ్ఞాపించాడు.

ఆస్థాన వైద్యుడు జోక్యం చేసుకొని "తమరికి విశ్రాంతి అవశ్యం ప్రభూ!"అన్నాడు.

"విశ్రాంతి తీసుకోనేంత సమయం లేదు. ఇప్పటికే నిజాంషా సైన్యాలు యుద్ధభూమి నుండి హంపీ దిశగా బయలుదేరి ఉండవచ్చు. తక్షణమే మనం నిర్ణయం తీసుకోవాలి. ఇది మనకుటుంబ భవిష్యత్తుకు సంబంధించిన విషయం. తక్షణమే పిలిపించండి."

తిరుమలరాయులి ఆదేశం ప్రకారం సదాశివరాయులు, దండనాయకులు, దళవాయిలు, సైనిక అధికారులు అందరూ మహల్‌లో సమావేశానికి వచ్చారు.

సుదీర్ఘకాలంగా చెరసాలలో బందీగా ఉండడం వలన ఏమీ తెలియని సదాశివరాయలు "అత్యవసర సమావేశమునకు కారణం?" అని ప్రశ్నించాడు

తిరుమల రాయలు నీరసంగా బలహీనంగా ఉన్నాడు. అతి కష్టం మీద మాట్లాడటం ప్రారంభించాడు.

"మరికొంత సేపట్లో నిజాంషా సైన్యాలు హంపీనగరంలో ప్రవేశించబోతున్నాయి. వాటిని ఎదుర్కోవడం అసంభవం. ఇప్పటికే యుద్ధరంగంలో ఊచకోత ప్రారంభమై ఉంటుంది. అది విజయనగర వైపు వస్తోంది. మన తక్షణ కర్తవ్యం గురించి చర్చించేందుకు మిమ్ములను

పిలిపించాను. మీ అభిప్రాయం చెప్పండి" అని కోరాడు.

అందరూ ముక్తకంఠంతో "మీ నిర్ణయం మాకు శిరోధార్యం మహారాజా!" అన్నారు.

"మీ విశ్వాసానికి ధన్యవాదాలు. విజయనగర సామ్రాజ్యం నిరాటంకంగా సాగాలి. రాజ్యం సజీవంగా ఉండాలి. అందుకే మేము రాజధానిని మా కుమారుడు ఉండే పెనుగొండకు తరలించదలిచాము. ఇప్పుడున్న పరిస్థితులలో మేం ఇక్కడ ఉండడం మరణాన్ని ఆహ్వానించడమే" అంటూ అంగీకారం కొరకు అందరివైపు తలనుఎత్తి కుడికన్నుతో చూసాడు. అందరూ మౌనంగా ఉన్నారు. తిరుమలరాయలు వేరే మార్గం లేక వారిమౌనం అర్ధంగీకారం అనుకొన్నాడు. దండనాయకులు, దళవాయిలు, సైనిక అధికారులు సమావేశం నుండి బాధతో నిష్క్రమించారు. హంపీ ప్రజలను ఇక ఆ విరూపాక్షుడే రక్షించాలి అనుకొన్నారు.

అందరూ వెళ్ళినది నిర్ధారించుకొనిన తిరుమలరాయలు "కోశాగారపు తాళాలు తీసుక రమ్మని కోశాధికారికి కబురు పంపండి" అని దళవాయి చెన్నమనాయుడికి ఆజ్ఞ ఇచ్చాడు. దళవాయి చెన్నమ కోశాదికారిని వెంటబెట్టుక వచ్చాడు.

"ప్రభువులకు నమస్సులు" అంటూ మహల్‌లో ప్రవేశించాడు కోశాధికారి.

"మనం తక్షణమే కోశాగారానికి వెళ్ళాలి"

"ప్రభూ! క్షమించండి. అళియ రామరాయ ప్రభువుల ఆదేశాలు కావాలి"

"అళియ రామరాయలు యుద్ధంలో మరణించారు"

"మరణం ధృవీకరింపబడలేదు కదా మహారాజా!"

కోశాధికారి సమాధానం తిరుమలరాయలకు కోపాన్నీ తెప్పించింది. వచ్చిన కోపాన్ని అదుపు చేసుకొంటూ "మనం తక్షణమే కోశాగారానికి బయలుదేరాలి. చెన్నమనాయకా! ఏర్పాట్లు చేయండి" అని ఆజ్ఞ ఇచ్చాడు.

కోశాధికారి అయిష్టంగా తిరుమలరాయలు, చెన్నమనాయకుల వెంట బయలుదేరాడు. కోశాధికారి దారి పొడగునా గొణుగుతూనే ఉన్నాడు.

కోశాగారాన్ని తెరిచే అధికారం తనకు లేదనీ, తనచేత తప్పు చేయించవద్దనీ ప్రాధేయపడుతూనే ఉన్నాడు. ముగ్గురూ కోశాగారం ఉన్న భూగృహంలోకి ప్రవేశించారు.

క్రిందకు ఇరుకు సందులో మెట్లున్నాయి. చీకటిగా ఉంది. కాగడా వెలుతురులో ముందు చెన్నమ నాయకుడు, అతని వెనుక కోశాధికారి అతని వెనుక తిరుమలరాయలు జాగ్రత్తగా మెట్లు దిగుతూ వెళుతున్నారు. గబ్బిలాల పెంట వాసన వారికి ఉపిరి ఆడనివ్వకుండా చేస్తోంది. గోడలు అన్నీ చెమ్మ పట్టి ఉన్నాయి. చెమ్మ వాసన వెగటు కలిగిస్తోంది. కోశాధికారి తన గొణుగుడును ఆపడం లేదు. తను విజయనగరకు విశ్వాసంగా ఉన్నాననీ, తనచేత స్వామి ద్రోహం చేయిస్తూ ఉన్నారనీ, తనకు భయంగా ఉన్నదనీ, విజయనగర రాజులు ఎప్పుడు కూడా కోశాగారాన్ని సంపదను దాచుకోవడానికి ఉపయోగించు కొన్నారేగానీ అందులోనుండి ఎప్పుడూ సంపదను తీయలేదని బాధను వ్యక్తం చేస్తూ అయిష్టంగా చెన్నమనాయకుని వెనకాల నడుస్తున్నాడు.

తిరుమలరాయలికి, కోశాధికారి మరియు చెన్నమనాయకునికి మధ్య కొంచెం దూరం ఎక్కువగా ఉంది. ఎడమకన్ను లేని కారణంగా, శరీరానికి దెబ్బలు తగిలిన కారణంగా అతడు వేగంగా మెట్లు దిగలేక పోతున్నాడు. చీకట్లో "అమ్మా!" అనే శబ్దం వినిపించింది.

తిరుమలరాయలకు భయం వేసి "ఏమి జరిగింది చెన్నా?" అని ఆందోళనగా ప్రశ్నించాడు.

చెన్నమ మాట్లాడలేదు. వెనక్కువస్తూ దివిటీతో వెలుతురును చూపుతూ "జాగ్రత్తగా రండి ప్రభూ!" అని కోరాడు. నెత్తుటి మడుగులో పడి ఉన్న కోశాధికారి చేతిలోనుండి తాళాలు తీసుకొంటున్న చెన్నమ నాయకుడిని చూస్తూ తిరుమలరాయలు" వీడు ఎంతటి విశ్వాసి కదా! వీడి స్వామిభక్తిని మెచ్చుకోనవలసినదే" అంటూ అతడి శవాన్ని దాటుకుని ముందుకు కదిలాడు.

ఇరువురూ కోశాగారాన్ని చేరుకొన్నారు. భారీ ఇనుప కడ్డీల వెనుక మందమైన టేకుతో చేయబడిన తలుపులు కనిపించాయి. ఇనుప కడ్డీలతో కూడిన తలుపుకు పెద్దతాళం వేలాడుతోంది. కోశాధికారి నుండి తీసుకొన్న తాళం చెవితో చెన్నమ తాళం తీసే ప్రయత్నం చేసాడు. కానీ అది

తెరుచుకోలేదు.

తిరుమలరాయలు "చెన్నా! దానిని తీయడానికి రెండు తాళం చెవులు అవసరమని విన్నా. బహుశా రెండవ తాళంచెవి అళియ రామరాయలి దగ్గర ఉండవచ్చునెమో?" అని తన అనుమానం వ్యక్తం చేశాడు.

ఆ మాటలువిన్న చెన్నమనాయక "ప్రభూ! నేను బయటకు వెళ్లి ఫిరంగి మందు తెస్తాను. ఇందులో కూరి నిప్పు పెడదాం. అది పేలిపోతుంది" అంటూ ఒక ఉపాయం చెప్పాడు. వినడం తప్ప ప్రస్తుతం ఏమీ ఆలోచించలేని స్థితిలో ఉన్న తిరుమలరాయలు చెమ్మతో తడిగా ఉన్న మెట్టు పై చతికిల పడ్డాడు. బయటకు వెళ్ళిన చెన్నమ ఫిరంగిపొడిని తెచ్చి తాళం రంధ్రం ద్వారా అందులో కూరాడు.

"ప్రభూ! దూరంగా వెళ్ళండి. పెద్దగా పేలితే ప్రమాదం" అంటూ హెచ్చరించాడు.

తిరుమలరాయలు పది మెట్ల దాకా పైకి ఎక్కాడు. చెన్నమ చేతిలోని దివిటీతో పెద్దతాళంలో కూరిన ఫిరంగి మందుకు నిప్పు పెట్టాడు. కాగడా మంట ఎక్కువగా వుండడం వలన అది క్షణాల్లో పెద్ధ శబ్దంతో పేలింది. చెన్నమ అయిదు అడుగుల దూరంలో ఎగిరి పడ్డాడు. ప్రేలిపోయిన తాళాన్ని తొలగించి మందమైన చెక్క తలుపును ఇరువురూ కలసి బలంగా తోశారు. అరుదుగా తెరుస్తూ ఉండడం వలన అది తొందరగా తెరచుకోలేదు. ఎట్టకేలకు ఇరువురూ శ్రమపడి తెరవగలిగారు. గది దాదాపుగా డెబ్బై అడుగుల పొడవు, ముప్పై అడుగుల వెడల్పు ఉంది. గది నేలపైన అంతటా చెక్కను పరచి ఉన్నారు. కప్పు పైభాగాన చెమ్మ బిందువులుగా అంటుకొని ఉంది. గదిలో దాదాపు వందదాకా పెద్దపరిమాణంలో ఇత్తడితో చేయబడిన పెట్టెలు వరుసగా ఉన్నాయి.

అన్ని పెట్టెలను చెన్నమ తెరిచాడు. కళ్ళు మిరుమిట్లు గొలిపే ముత్యాలు, వజ్రాలు, పుష్పరాగాలు, పచ్చలు, మణులు, కెంపులతో ఆ పెట్టెలు నిండి ఉన్నాయి. ఒక్కోపెట్టెను అయిదు భాగాలు చేస్తేగానీ వాటిని ఏనుగు మోయలేదేమో అని ఇద్దరూ అంచనా వేసుకొన్నారు.

తిరుమలరాయలు దళవాయిలను, నమ్మకమైన సైనికులను పిలిపించాడు. వంద ఇత్తడి పెట్టెల్లో ఉన్న సంపదను ఒక్కొక్క పెట్టెలోని

సంపదను నాలుగు భాగాలుగా చేసి దాదాపు నాలుగువందల పెట్టెల్లోకి దానిని మార్పించాడు. దళవాయిలు ఐదువందలఏభై ఏనుగులను, పదివేల అశ్వికులను సిద్ధం చేసారు. దేవాలయాలలో కూడా అపార సంపద ఉంది. అయితే ఈ సమయంలో దానిని తరలించడం వారికి సాధ్యం కాలేదు. అందరూ పెనుగొండ వైపు తరలి పోవడానికి సిద్ధం అవుతున్నారు.

*****

"హంపీని వదలి వెళ్ళడం నాకు ఇష్టం లేదు" అని సదాశివరాయలు నిష్టూరంగా అన్నాడు.

"హంపీని వదలి వెళ్ళక పోతే మనం ప్రాణాలతో ఉండలేం"

"ప్రాణాలకన్నా మనకు హంపీ ముఖ్యం కదా"

"మన తక్షణ కర్తవ్యం ఇదే. తదుపరి ఏమిటి అనేది కాలమే చెబుతుంది. బతికి ఉంటే మనం మరలా హంపీను పునర్జీవింప చేయవచ్చు"

"ఎప్పుడు బయలు దేరుతున్నాం"

"రేపు వేకువనే"

హంపీకి పెనుగొండ పద్దెనిమిది యోజనాల దూరంలో ఉంటుంది. ప్రయాణానికి పన్నెండు నుండి పద్నాలుగు రోజులు పట్టవచ్చు. ఆ రాత్రి అంతఃపురంలోని వారందరకూ కాళరాత్రి అయ్యింది. తిరుమలరాయలకు నిద్రపట్టడం లేదు. "హంపీలో నా చివరి రాత్రి భోజనం ఇదే. నా ప్రియమైన హంపీలో ఇదే నా చివరి నిద్ర" అనుకొంటూ దుఃఖపూరితుడై పట్టుతల్పముపై పొర్లుతున్నాడు. మెత్తని పరుపులు అతడికి ముళ్ళువోలె గుచ్చుకొంటున్నాయి. సమీప రాజభవనాలనుండి ఆడవారి ఏడ్పులు, పిల్లల ఏడ్పులు వినిపిస్తున్నాయి. ఇంతటి సుఖమయమైన నగరాన్ని, జీవితాన్ని వదలి వెళ్ళాలంటే ఎవరికి మాత్రం దుఃఖం ఉండదు? నిద్ర పట్టని తిరుమలరాయలు లేచి తల్లి దగ్గరకు వెళ్ళాడు.

"ఈ ఘోరమైన సంఘటనలు చూడదానికేనా నేను ఇంకా బతికి ఉన్నాను" అంటూ కన్నీటి పర్యంతం అయ్యింది అతడి తల్లి.

"విధి రాతను తప్పించుకోవడం మన తరమా మాతా?"

"నీ ఇద్దరు సోదరులు యుద్ధం ముగిసిన తరువాత వస్తారమ్మా

అన్నావు. ఎక్కడ నా బిడ్డలు?" అంటూ తిరుమలరాయలి రెండుచేతులు పట్టుకొని ఏడవడం ప్రారంభించింది. దుఃఖంతో తిరుమలరాయలకు నోట మాట రావడం లేదు. తల్లికి సమాధానం చెప్పే ధైర్యం లేక మౌనంగా అక్కడ నుండి నిష్క్రమించాడు. మహల్ నుండి బయటకు వస్తూఉండగా ఆమె ఏడుపు వినిపించడం క్రమక్రమంగా తగ్గుతోంది. తను రాణిమహల్ వైపు వెళుతున్నాడు. వెన్నెలలో నిశ్శబ్దంగా ఉన్న హంపీ నగరం అతడిని మరింత ఉద్వేగానికి గురిచేస్తోంది. మనసు మార్చుకొని తిరిగి తన శయన మందిరానికి వెళ్ళాడు. దళవాయిలను పిలిపించుకొని అందరనూ ఉదయానికి పెనుగొండకు బయలు దేరడానికి సిద్ధంగా ఉండమని సందేశం పంపించాడు. ఏనుగులను, అశ్వాలను సిద్ధం చేయడం అప్పటికే ప్రారంభం అయ్యింది.

*****

రాక్షసి తంగడి యుద్ధవిషయాలు పెద్దగా తెలియని హంపీ ప్రజానీకం యుద్ధంకు సంబంధించిన ఏ ఆందోళన లేకుండా నిశ్చింతగా ఉన్నారు. అవచి గోపాలయ్యశెట్టి తన సుగంధ ద్రవ్యాల దుకాణంలో కూర్చొని హాయిగా వ్యాపారం చూసుకొంటున్నాడు. సలకం తిమ్మయ్య తన పొలంలోని పంట మరో రెండు మాసాల్లో చేతికి వస్తుందనీ, ఆ పంట దిగుబడి ఎంత? శిస్తు ఎంత చెల్లించాలి? తనకు మిగిలేది ఎంత? అని లెక్కలు వేస్తున్నాడు. భోగంసానులు యుద్ధశిబిరాలకు వెళ్ళడం వలన సూలెబజారు బోసిపోయి ఉంది. ఒక గొప్ప చేటు విజయనగరానికి దాపురించనున్నదనే స్పృహ వారెవరికీ లేదు. విజయనగర సైన్యానికి ఓటమి లేదని వారి విశ్వాసం. లక్షలాది మంది సైనికులతో విజయనగర సైన్యం వెళ్లిన కారణంగా విజయంపై వారు సంపూర్ణ విశ్వాసంతో ఉన్నారు.

రాక్షసి తంగడి యుద్ధంలో సంభవించిన దుర్ఘటనల సమాచారం హంపీ నగరానికి చేరుకొంది. అళియ రామరాయలు యుద్ధభూమిలో మరణించారనే వార్త దావానలమైనది. ఈ దుర్వార్తను వారు మొదట నమ్మలేదు. విజయనగర సైన్యం యుద్ధభూమి నుండి పలాయనం చిత్తగించిందని తెలిసింది. అయినప్పటికీ వారు నిశ్చింతగానే ఉన్నారు. కారణం తమ ప్రభువు దగ్గర అపారమైన ధనరాసులున్నాయనీ, విజయం సాధించిన శత్రువులకు అధన రాసులను ఇచ్చి లొంగిపోతారనీ, రాజీ చేసుకొని తమ మాన ప్రాణాలు కాపాడతారనే విశ్వాసంతో ఉన్నారు. అయితే వారు ఉహించని పరిణామం జరిగింది.

తిరుమలరాయలు దళవాయిలను, నమ్మకమైన సైనికులను పిలిపించుకొని ఐదు వందల పెట్టెలలో సంపదను తీసుకొని ఐదు వందల ఏభై ఏనుగులను, పదివేల ఆశ్వికులను సిద్ధం చేసికొని హంపీలోని ప్రజలు ఉహించని విధముగా అపారసంపదతో ఏ విజయనగర ప్రభువు చేయని విధంగా ప్రజల రక్షణను గాలికి వదలి రాజు తనకుటుంబీకులతో పెనుగొండవైపు తరలివెళ్ళాడు అనే విషయం హంపీ ప్రజలను కలవర పెడుతోంది.

అప్పటికి కానీ ప్రజలకు రాబోయే విపత్తు అర్థం కాలేదు. సాధారణమైన ప్రజలు కకావికలమయ్యారు. అప్పటికప్పుడు ఏమి చేయాలో కూడా వారికి తోచలేదు. నగరంలోని బండ్లు, ఎద్దులు యుద్ధభూమికి తరలి వెళ్ళాయి. తక్షణ రక్షణగా సమీప అడవులలోగల గుహాలలో తలదాచుకోవడానికి పరుగులు తీశారు. ఒకవైపు కనీసపు వంట సామాగ్రి, మరోవైపు వండుకోవడానికి అవసరమయ్యే పదార్థాలు మూటలు కట్టుకొని, పశువులను, కోళ్ళను తరలించుకొని ఆర్తనాదాలు పెడుతూ హంపీ వదలి వెళుతూ ఉంటే ఎలాంటి హంపీ ఎలా అయ్యింది కదా! అనిపిస్తోంది. మానవ హృదయం వున్న ఎవరూ ఆ దృశ్యాన్ని చూసి తట్టుకోలేరు. "ముప్ఫైఆరు రకాల పన్నులు కట్టించుకున్నారే! మరి కనీస బాధ్యత లేకుండా వారిదారి వారు చూసుకొంటే ఎలా?" అని ముసలివాళ్ళు శాపనార్థాలు పెడుతున్నారు.

సుగంధద్రవ్యాల వ్యాపారి అవచి గోపాలయ్య శెట్టికి ఏమి చేయవలెనో పాలు పోవడం లేదు.

"మనం ఇపుడు ఏంచేద్దాం? ముస్లిం సైన్యాలు హంపీ వైపు వస్తున్నాయట. రాజకుటుంబం నగరం వదలి పెనుగొండ వైపు వెళ్ళి పోయింది. మనం మన బంగారం, దుడ్డు తీసుకొని ఆదవానిలో వున్న మా తమ్ముడు గుండ్రేవుల శేషయ్య శెట్టి దగ్గరకు వెళదామా?" అని ఆందోళనగా అవచి గోపాలయ్య శెట్టిని అతని భార్య సుబ్బమ్మ అడిగింది.

"అటుఇటు పోయి వాడిదగ్గరకే పోదామని అంటున్నావా? వాడు నిన్ను నన్ను చంపి ఈ బంగారం దుడ్డు కాజేయడూ" అని తన అనుమానం వ్యక్తం చేశాడు.

"అది వదలిపెట్టు. మనం ఆదోని వెళ్ళే దారిలో దోపిడిగాండ్రు దోస్తే ఉన్నది అంతా ఊడుతుంది. సర్వ మంగళం అవుతుంది." అన్నది

భయంగా! “ఒక పని చేద్దాం. ఉన్న బంగారం, దుడ్డు, మణి మాణిక్యాలు అన్నీ రాగికడవల్లో పెడదాం. రాత్రి అందరూ నిదురించిన తరువాత తుంగభద్ర నదికి వెళ్లి ఎక్కడైనా ఒక మంచి ప్రదేశంలో పాతిపెట్టి వద్దాం. మరుసటి రోజు ఉదయం అందరితో పాటు అడవుల్లోకి వెళ్లిపోదాం” అన్నాడు.

“అక్కడ సొమ్ము భద్రంగా ఉంటుందా?”

“ ఇంతకు మించి మనకు మరో దారి లేదు. నోరుమూసుకొని చెప్పించి చెయ్యి” అని విసుక్కొన్నాడు. రాత్రి రెండు బిందెలు అవచి గోపాలయ్య శెట్టి ఇంటినుండి బయలుదేరి తుంగభద్ర నదీ తీరాన ఒక అనువైన ప్రదేశంలో భూస్థాపితం చేయబడ్డాయి.

సలకం తిమ్మయ్య తన దగ్గర ఉన్న కొద్దిపాటి బంగారాన్ని, నాణేలను ఒక మట్టి కుండలో ఉంచి దేవునిగదిలో లోతుగా గొయ్యి తవ్వి పూడ్చిపెట్టి విరూపాక్ష దేవాలయమ వైపు తిరిగి నమస్కరిస్తూ “స్వామీ నీవే రక్ష” అన్నాడు. ఉదయాన్నే బయలు దేరడానికి కావలసిన సరంజామాను సిద్ధం చేసికొన్నారు. ఆవులను వదలి వెళ్ళడం ఇష్టం లేక అడవిలో గడ్డో గరకో తిని ఉంటాయని వాటిని తమతో తీసుకవెళ్ళడానికి అందరూ నిర్ణయించుకొన్నారు.

మరుదినం ఉదయమే హంపీ నగరప్రజలు తుంగభద్రా నదిని అరిగెలల్లో దాటి సమీపంలోని అడవుల్లోకి పరుగులు తీసారు. పశువులు ఈదుతూ నదిని దాటాయి. తల్లులు పిల్లలను, మగవారు వారి సామాగ్రిని, పశువులను తీసుకవెళుతున్న దృశ్యం హృదయాన్ని కలచివేసే విధంగా ఉంది. ముళ్ళు గుచ్చుకొని రక్తాలు కారుతున్న ముసలి వారు, రాళ్ళు తగలి కింద పడడంవల్ల మోకాళ్ళు దోక్కుపోయిన పిల్లలు, ఆకలితో తల్లులను పాలిమ్మని మారాం చేస్తున్న చంటిపిల్లలు, నడవడం చేతగాక ఆయాస పడుతున్న ముసలివాళ్ళు అందరూ అడవుల్లో దారికానక ఎటుబడితే అటు ప్రాణాలను అరచేతిలో పెట్టుకొని పరుగులు తీస్తున్నారు.

అలా బయలుదేరిన హంపీ సాధారణ ప్రజలు ఆ అడవుల్లో ఉన్న గుహలను ఆవాసాలుగా చేసికొన్నారు. పురుగు పుట్ర తమపిల్లలను ఏమీ చేయరాదని పరిస్థితి స్థిమిత పడి నగరానికి వచ్చిన తరువాత విరూపాక్షస్వామికి నెయ్యిదీపాలు వెలిగిస్తామని మొక్కుకొన్నారు. ఒక ఉపద్రవం మనుషులందరినీ సమానులను చేస్తుంది. ధనవంతుడైన అవచి గోపాలయ్య శెట్టి అందరితో పాటు తింటున్నాడు. అందరితో పాటు నేలపైనే నిద్రిస్తున్నాడు. పట్టుపరుపులు,

పందిరి మంచాలు అంతా భ్రమ అనుకొంటున్నాడు. అందరూ ఒకరికి ఒకరు సాయంగా సమిష్టిగా ప్రాణాలు నిలుపుకోవడమే లక్ష్యంగా జీవిస్తున్నారు.

"అందరమూ ఈ అడవిలోకి వచ్చామనే విషయం ఆ ముస్లిం సైన్యాలకు తెలిసే ఉంటుంది. అయితే మనం ఎక్కడ ఉన్నామనే వివరం వారికి తెలియగూడదు. పొగ వస్తుంది కాబట్టి ఆరు బయట కాకుండా గుహల్లోనే వంటలు చేయండి" అని ముసలివారు హెచ్చరిస్తున్నారు.

పగటి పూట వాగుకు నీళ్ళకోసం వెళ్ళవద్దని, రాత్రిపూటనే తెచ్చుకొమ్మని సూచనలు ఇస్తున్నారు. అందరిలోనూ బ్రతకాలనే బలమైన ఆశ వ్యక్తమవుతోంది. తిండిగింజల విషయంలో ఒకరినొకరు సహకరించుకొంటున్నారు. పాలురాని తల్లుల పిల్లలకు మిగిలిన తల్లులు పాలిస్తున్నారు. యుద్ధం మనుషులను ఒకచోట కలుపుతుంది మరో చోట విడగొడుతుంది. అంతా ఒక్కటే అనే భావన వారందరినీ బ్రతికేట్లు చేస్తోంది.

*****

పంచపాదూషాల సైన్యాలు హంపీలో ప్రవేశించాయి. అహమ్మద్‌నగర్ సుల్తాన్ నిజాంహుసేన్ షా ప్రతీకారంతో రగలిపోతున్నాడు. నాటి విజయనగర సైన్యాలు తమ రాజ్యంపై చేసిన దాడులను గుర్తుకు తెచ్చుకొంటున్నాడు. దోచుకొన్న సంపద దోచుకొన్న సైనికులదేననీ, ఏనుగులను మాత్రం సుల్తానులకు అప్పగించాలనీ సైనికులకు అనుమతిచ్చాడు. దీనితో దోపిడీ మరింత కరరూపాన్ని తీసుకొంది. సాధారణంగా విజయం పొందిన సైన్యాలు శత్రురాజ్య ప్రజల సంపదను లూటీ చేసినపుడు దోచిన దానిలో నాలుగవ వంతు నుండి పదో వంతు వరకు పాలకుడి ఖజానాకు అప్పగించడం ఆచారం. ఊహించని విజయం చేకూరడంతో పంచపాదూషాలు ఆనందంలో ఉన్నారు. దోచిన మొత్తం సొమ్మును మీరే తీసుకోండని ప్రకటించడంతో సైన్యాలు మరింతగా రెచ్చిపోయాయి.

ఈ కరమైన దోపిడీలో సామాన్యప్రజలు సమిధలు అయిపోతున్నారు. దోచిన సంపద యుద్ధం తాలూకు ఆత్మ. అన్ని యుద్ధాలు సంపద కోసమే జరుగుతాయి. అడవుల్లోకి పారిపోలేక నగరంలో ఉన్నవారు ఊచకోతకు గురయ్యారు. చెలరేగిపోయిన సైన్యపు మూకలు జనాలను వధించాయి. మహిళలను చెరపట్టాయి. దేవాలయాలను, రాజభవనాలను పడగొట్టారు.

రాజుల నివాసస్థలాలపై ఎంతటి ఆటవికమైన పగను ప్రదర్శించారంటే అవి శిథిలాల కుప్పలుగా మారాయి. నదీతీరాన ఉన్న విఠలస్వామి ఆలయ భవనాన్ని తగులబెట్టారు. అక్కడి అపురూపమైన శిల్పసంపదను నాశనం చేశారు. గత యుద్ధాలలో విజయ పరంపరలు కొనసాగించిన విజయనగర సైన్యాలపై, అవి తమపై చేసిన అకృత్యాలపై ఉన్న ద్వేషం ఈరోజు ప్రతీకారంగా వ్యక్తమైంది. ఇళ్ళల్లో నేలలో బంగారు ఆభరణాలు పాతిపెట్టి ఉంటారనే అనుమానంతో ఇళ్ళను తవ్వివేశారు. అక్కడక్కడా వారి ఊహ నిజం కావడంతో ఇళ్ళను కూల్చడం మరింత ఎక్కువ అయ్యింది.

నిజాం హుసేన్ షా ఒకరోజు హంపీ విధ్వంసపు విషాదాన్ని చూసి ఆనందించడానికి నగరవీదుల్లో సంచరిస్తున్నాడు. బీజాపూర్ సైన్యంలోని కొంతమంది సైనికుల మధ్య వజ్రాలు, ముత్యాలు పొదిగిన ఒక పాత్ర కోసం, కొన్ని బంగారు నాణేలకోసం పోట్లాడుకొంటూ ఉండడాన్ని చూశాడు. తన ఉనికిని కూడా గుర్తించకుండా గొడవపడుతున్న వారిని చూసి ఇటువంటి పరిస్థితి పంచపాదూషాల మధ్య కూడా తలెత్తవచ్చు అని ఊహించాడు. ఇక్కడి వైభవంపై అతడికి ఉన్న ద్వేషంకూడా దానికి తోడు అయ్యింది. అక్కడనే నిలబడి గడ్డి, కలప, ఎండిన పొదలను సేకరింప చేసి వాటిని ఇళ్ళు, దేవాలయాలు, రాజభవనాలలో పేర్చి నిప్పు అంటించమని ఆదేశాలు ఇచ్చాడు. నగరంలోని అన్నీ భవనాలు, ఇళ్ళు , దేవాలయాలు కాలి బూడిద అయ్యాయి.

హంపీనగరంలో దోచుకొనడం పూర్తి అయిన తరువాత సైన్యం దృష్టి అడవుల్లోకి పారిపోయిన వారి మీద పడ్డది. వారు రాత్రిపూట దాక్కున్న గుహలనుండి రహస్యంగా హంపీ నగరానికి వచ్చి తమ ఇళ్ళల్లో దాచిపెట్టిన సంపదను తీసుకపోతున్నారనే సమాచారము మూకలకు అందింది. గుహలకు దారితీసే మార్గాలలో సైన్యం కాపుకాచి ఆ కొద్దిపాటి ధనంతో తిరిగి వచ్చే ప్రజలను పట్టుకొని వధించడం మొదలైంది. అదీ ముగిసిన తరువాత సంపదను గుహలలోకూడా దాచుకొన్నారనే మరోవార్త ఒకటి అందింది. అదే తడవుగా అరిగెలలలో తుంగభద్ర నదిని దాటి కేకలు వేస్తూ బరిసెలు, కత్తులు తీసుకొని అడవులలోని గుహలను వెతుకుతూ బయలుదేరారు.

గుహలలో ప్రవేశించిన పంచపాదూషాల సైన్యాలు కాగడాలు వెలిగించి లోపలకు వెళుతూ వెతకడం ప్రారంభించాయి. వీరు గుహల లోపలికి వెళ్ళేకొద్దీ విజయనగర ప్రజలు మరింత లోపలికి వెళ్ళారు. సైన్యం తాము వెళుతున్న దారి గుర్తుంచుకొనేందుకు గుహలలో బొగ్గుతో బాణపుగుర్తులు

వేస్తూ వెళ్ళారు. అలా చాలా దూరం వెళ్ళినతరువాత హంపీ ప్రజల ఊహించని ప్రతిఘటన ఎదురైంది. లోపల ఉన్న ప్రజలు రాళ్ళు విసరడం బరిసెలు విసరడం ప్రారంభించారు. గుహలలో ప్రవేశించిన సైన్యాలు సంఖ్యాపరంగా తక్కువ. ప్రజల ప్రతిఘటనను వారు ఊహించలేదు. తిరిగి దాడిచేసేంత ఆయుధ సంపత్తి కూడా వారికి లేదు. దాంతో భయపడి దాడినీ, దోపిడీని విరమించుకొని గుహలనుండి బయటపడి హంపీ నగరానికి తిరిగి వచ్చారు. పాలకుడు రక్షణను గాలికి వదలినపుడు ప్రజలే తమను తాము రక్షించుకొనే ప్రయత్నం చేశారు.

ఒకప్పుడు మరపురాని మధురానుభూతులను పంచిన హంపీ నగరం ఇప్పుడు కరమృగాల వేట స్థలంగా మారింది. ఒకప్పటి తన పాతపేరు "వ్యాఘ్రపురి" నామమే సార్థకమనేట్లుగా ఉంది. పట్టణం నిర్మానుష్యం అయిపోయింది. నిత్య మంత్రోచ్చారణలతో ప్రతిధ్వనించిన దేవాలయాలు శిథిలమై మూగబోయాయి. ఇప్పుడు అక్కడ నక్కల భయంకరమైన ఊళలు తప్ప మరేమీ వినిపించడం లేదు. బ్రాహ్మణుల యజ్ఞ యాగాలతో నిత్యం ధూపం కమ్మి ఉండే పట్టణం, పంచపాదుషా సైన్యాలు కాల్చిన మనుషుల మాంసపు వాసనలతో కూడిన పొగలు ఆకాశాన్ని అంటాయి. వేదమంత్రోచ్చారణలు జరిగినచోట దోపిడీకారుల వికటాట్టహాసాలు ప్రతిధ్వనించాయి. సందట్లో సడేమియా అన్నట్లు అడవుల్లో ఉన్న దారిదోపిడీ కారులు నగరప్రవేశం చేసి పంచపాదుషా సైనికులకు అనుచరులుగా చేరి దోపిడీలో వారూ భాగస్వాములయ్యారు. వీరందరూ చేసిన మారణ హోమం వలన ఇరవై మైళ్ళ విస్తీర్ణంలో మృతదేహాలు చెల్లాచెదురుగా పడి హంపీ నగరం రక్తసిక్తం అయ్యింది.

ఈ విధ్వంసం దాదాపు అయిదు నెలలపాటు కొనసాగింది. ఇక దోచుకోవడానికి ఏమీ లేదని తీర్మానించుకొనిన పంచపాదుషా సైన్యాలు అపారమైన వ్యక్తిగత సంపదతో తమతమ రాజ్యాలకు తిరుగుముఖం పట్టాయి. ఈసంపదను పొందిన సైనికులు వారివారి ప్రాంతాలలో ఒక నూతన కులీన వర్గంగా ఆవిర్భవించారు. నిజాంషా నగరాన్ని తగులబెట్టించిన తరువాత పాదూషాల సైనికులు అందరూ దేవాలయాలనూ, ఇళ్లనూ, భవంతులనూ వదలి బయటకు వచ్చారు. అడవులనుండి వచ్చిన దోపిడీగాళ్ళు సైనికులు దోపిడీ సొమ్ములో కొంత పడవేయగా దానిని తీసుకొని తిరిగి అడవులకు వెళ్ళిపోయారు. హంపీనగరం హాళుహంపీగా (పాడుపడిన హంపీ)

మిగిలిపోయింది. మనం యుద్ధబాధితులైనప్పుడు దుఃఖిస్తాము. యుద్ధంలో మనది పైచేయి అయినపుడు శత్రువుల కష్టాలను చూసి ఆనందిస్తాము. యుద్ధం చేయకుండానే శత్రువును లొంగదీసుకోవడమే అత్యున్నతమైన యుద్ధకళ అని ఈ పాలకులకు తెలియనంత కాలం ప్రజలకు అవసరం లేని యుద్ధాలు జరుగుతూనే ఉంటాయి.

ధనవంతుల యుద్ధంలో చనిపోయేదీ, సర్వస్వం కోల్పోయేదీ పేదలే. మనం ఈ భూమిపై యుద్ధాన్ని రద్దు చేయకపోతే, ఖచ్చితంగా ఒకరోజు యుద్ధం, భూమి నుండి మనల్ని రద్దు చేస్తుంది. యుద్ధం అంటే మరణ భయంతో చేసుకొనే ఆత్మహత్య. యుద్ధభూమిలో మరణిస్తున్న సైనికుడి కళ్లలోకి చూసిన ఎవరైనా యుద్ధాన్ని ప్రారంభించే ముందు తీవ్రంగా ఆలోచిస్తారు.

10

"ఎన్ని రోజులని బాధపడుతూ కూర్చుంటావమ్మా? సకల శాస్త్రాలూ చదివిన దానివి. నీకు చెప్పవలసిన పని లేదు. ఆ దుఃఖంలోనుండి బయటకు రావాలి. స్థిమిత పడమ్మా" అంది తిరుమలమ్మ ముద్దుకుప్పాయిని ప్రాధేయపడుతూ.

"అమ్మా! మా ప్రేమ గాలి వంటిది. నేను దానిని చూడలేను, కానీ అనుభవించగలను."

"అనుభవం మానసికం. జీవితం భౌతికం. వాస్తవిక జీవితంలోకి రావాలి తల్లీ. "

"ప్రయత్నిస్తున్నానమ్మా! సాధ్యం కావడం లేదు."

"కుప్పాయి వంశీకులకు ప్రయత్నిస్తే సాధ్యం కానిది అంటూ ఏదీ లేదమ్మా."

"అది వేరు. ఇది వేరు."

"జీవిత సంఘర్షణలు పరిపరి విధాలుగా కనిపించినా వాటి మూల హేతువు ఒక్కటే."

"నేనూ అలాగే అనుకొనే దాన్ని, కానీ నాదాకా వస్తేకానీ తెలియలేదు."

"కాదనను. కానీ నిర్వహించవలసిన కర్తవ్యం ముఖ్యం కదా."

"ఇక నాకు ఏ కర్తవ్యాలు లేవమ్మా."

"ఎందుకు లేవు. నీవు నిర్వహించవలసిన ముఖ్య కర్తవ్యం ఒకటి ఉంది."

"ఏమిటది?"

"ఎవరైతే తన జీవితాన్ని సమాజ రక్షణ కోసం, రాజ్య రక్షణ కోసం ధారపోశారో వారి జీవితాన్ని రూపకంగా మలచి నలుమూలలా వ్యాపింప చేయవలసిన బాధ్యత నీపై ఉంది" అంటూ పొయ్యి మీద పెట్టిన పాలు పొంగిపోవడం గమనించి వడివడిగా వంటింట్లోకి వెళ్ళి పోయింది.

తిరుమలమ్మ చెప్పింది ముద్దుకుప్పాయికి సబబుగానే తోచింది. నిజమే! తను శయనమందిరం నుండి బయటకు రావడం లేదు. శ్రీరంగనాథుడి దర్శనమునకూ వెళ్ళడం లేదు. అనుక్షణం ఆమెకు సంబజ్జగౌడనే గుర్తుకొస్తున్నాడు. ముద్దుకుప్పాయికి తినాలనిపించడం లేదు, తాగాలనిపించడం లేదు. అసలు ఆమెకు జీవించాలనే లేదు. సంబజ్జ లేనిజీవితం అంధకారంగా అనిపిస్తోంది. యుద్ధానికి బయలు దేరేముందు "పంచభూతాల సాక్షిగా నిన్ను నేను భార్యగా స్వీకరిస్తున్నాను" అని చెప్పిన మాటలు ఆమె చెవుల్లో మారుమోగుతున్నాయి.

పంచభూతాల సాక్షిగా తమ వివాహం జరిగింది కాబట్టి సాంప్రదాయం ప్రకారం తను అనుగమనం[1] చేయవలెనా? చేస్తే ప్రాణాలు పోగొట్టుకోవడం తప్ప సాధించేది ఏమీ లేదు. అది ఒక మూర్ఖపు ఆలోచన అనుకొన్నది.

"అమ్మ చెప్పినట్లుగా ప్రజల మధ్య సంబజ్జగౌడను సజీవంగా ఉంచడమా? అవును, అతడు ప్రజల నాలుకల మీద నానుతూ ఉండాలి. అలా ఉండాలంటే అతడి త్యాగాన్ని, ధైర్య సాహసాలను కీర్తిస్తూ నృత్యకలాపం రూపొందించడమే సరి అయిన పని" అని అనుకొన్నది.

తను వెళ్లిపోతున్నప్పుడు చివరిసారిగా బాధగా చూసిన సంబజ్జగౌడ

---

1. భర్త యుద్ధరంగంలోగానీ, వేటలో గానీ సుదూర ప్రాంతాలలో మరణించినపుడు భర్తను స్మరిస్తూ భార్య అగ్నికి ఆహుతి కావడాన్ని అనుగమనం అంటారు.

చూపులు పదేపదే గుర్తుకువస్తున్నాయి. మనసు పరిపరి విధాలుగా ఆలోచనలు చేస్తోంది. ఇటువంటి మానసిక సంఘర్షణ పరిస్థితులలో తన తల్లి చేసిన ప్రతిపాదన కొంత ఉరట ఇచ్చింది. తెలియకుండానే చాలా రోజుల తరువాత ఆమెకు గాఢనిద్ర పట్టింది.

ఉదయాన్నే నిద్రలేచి తలంటు స్నానంచేసి, తోటలో పూలు కోసి శ్రీరంగనాథ దేవాలయానికి వెళుతున్న ముద్దుకుప్పాయిని చూసి తల్లి సంతోషించింది. నిన్న తను చెప్పిన మాటలు బాగా పనిచేశాయి అనుకొంది. రంగనాథ దేవాలయంలో ప్రవేశిస్తూ ఉండగా ద్వారానికి కుడివైపున రంగు వెలసిపోయి ఉన్న పసుపు బాణపుగుర్తును చూసి కళ్ళల్లో నీళ్ళు వచ్చాయి. జ్ఞాపకాలు ఆమెను ఉక్కిరి బిక్కిరి చేసాయి.

బరువెక్కిన హృదయంతో ప్రధాన ద్వారపు గడపకు నమస్కరించి కోవెలలోకి ప్రవేశించింది. ప్రధాన అర్చకుడు "రా తల్లీ ! ఎన్నిరోజులు అయ్యింది నిన్ను చూసి. శ్రీరంగనాథుడే నీవు తీసుకవచ్చే పూలకోసం ఎదురు చూస్తున్నారా అన్నట్లుంది. పరమభక్తుల రాక మాలాంటివారికి ఎంతో సంతోషాన్ని ఇస్తుంది" అంటూ ముద్దుకుప్పాయి ధ్వజస్తంబపు కట్టపై ఉంచిన పూలసజ్జను నీటితో సంప్రోక్షణ చేసి చేతిలోకి తీసుకొంటూ స్వాగతం పలికాడు. మౌనంగా ముద్దుకుప్పాయి ప్రధాన అర్చకుడిని అనుసరించింది.

"సప్త ప్రాకార మధ్యే సరసిజముక్లోత్భాషామనే విమానే,

కావేరీ మధ్య దేశే ఫణిపతి శయనే, శేష పర్యంత భాగే,

నిద్రాముూడాస్వరాభిరామం పర్కతత్రాభిరామం,

పద్మదాత్రీ కరాభ్యాం పరిచితచరణం రంగరాజం భజేహం." అని శ్లోకం పఠిస్తూ అర్చకుడు పూల సజ్జతో గర్భగుడిలోకి ప్రవేశించాడు.

ముద్దుకుప్పాయి కళ్ళు మూసుకొని దేవుడిని ధ్యానించడం ప్రారంభించింది. ధ్యానంలో శ్రీరంగనాథుడు తనకు చిరునవ్వులతో దర్శనం ఇస్తూఉండడాన్ని చూసి విస్మయపోతూ అర్థంకాక "ఏమిటి స్వామి ఈ లీల? బాధగా ఉన్న నాకు స్వామి ఎందుకు నవ్వుతూ దర్శనం ఇస్తున్నాడు?" అనుకొంటూ ఉండగా అర్చకులు తీర్థంతో బయటకు వచ్చి ముద్దుకుప్పాయికి తీర్థం ఇస్తూ

"ప్రధమం కాయ శుధ్యర్థం, ద్వీతీయం పాప నాశనం, తృతీయం

మోక్ష సిధ్యర్థం శ్రీరంగనాథస్వామి పాదోదకం పావనం" అంటూ మూడు ఉద్ధరిణిల తీర్థం ఇచ్చాడు.

తీర్థం తీసుకున్న ముద్దుకుప్పాయి ప్రధాన అర్చకుడితో "స్వామీ! నేను చాలా బాధల్లో ఉన్నాను. ఆ విషయం మీకునూ తెలుసు. సిరిమాను సేవ చేసినా స్వామి నన్ను కరుణించలేదు. దర్శన సమయంలో కళ్ళు మూసుకొంటే స్వామి చిద్విలాసంగా నవ్వుతూ దర్శనం ఇస్తున్నారు. నాకు అర్థం కావడం లేదు స్వామీ?" అని సందేహపడింది.

"స్వామివారు తనను నమ్మినవారిని కరుణా కటాక్షాలతో కరుణిస్తూ ఉంటారు. స్వామికి చేసిన సేవ ఎప్పటికీ వృధా కాదు. వేచి చూడడం మినహా మనం చేయగలిగినది ఏమీ లేదు. స్వామి సేవలో ఉండండి. మీకు ఒక మార్గం చూపుతారు" అంటూ అర్చకుడు రెండు అరటి పండ్లను ప్రసాదంగా ఇచ్చాడు.

రెండు చేతుల్లో ప్రసాదం తీసుకొని కళ్ళకు అద్దుకొంటూ "మీ మాటలు నాకు ఏంతో ఊరట ఇచ్చాయి స్వామి" అన్నది. ఆలయ ప్రాంగణం లోపలకు వచ్చి గర్భగుడి చుట్టూ ప్రదక్షిణ కోసం వెళ్ళింది. ప్రదక్షిణ చేస్తోంటే సిరిమానోత్సవం నాడు సంబజ్జగౌడ చేసిన హడావుడే గుర్తుకు వస్తోంది. సంబజ్జగౌడ కుటుంబ సభ్యులు హఠాత్తుగా గుర్తుకొచ్చారు. వెంటనే వారిని చూడాలనిపించింది. దర్శనం ముగించుకొని బయటకు వచ్చి గుడి ముందు పూలు అమ్మే ఆమె దగ్గరకు వచ్చి

"సంబజ్జగౌడ ఇల్లు ఎక్కడో మీకు తెలుసా ?" అని అడిగింది.

"ఇట్లా నెట్టగా పోతే ఎల్లమ్మ అవ్వ గుడి వస్తాది. అడ ఎవురిని అడిగినా చెపుతారు అమ్మయ్యా!" అంటూ చేతితో సైగలుచేస్తూ దారి చూపింది. ఆమె చూపిన దారి వెంబడి ముద్దుకుప్పాయి వెళుతోంటే అందరూ ఆమె వైపు ఆశ్చర్యంగా చూస్తున్నారు. గ్రామ దేవత ఎల్లమ్మ అవ్వ గుడి ముందు వున్న వేప చెట్టుచుట్టూ కట్టిన కట్టపై కూర్చున్న ముసలాయనను "సంబజ్జగౌడ ఇల్లు ఎక్కడ?" అని అడిగింది.

ముద్దుకుప్పాయి ఆ ప్రాంతానికి రావడాన్ని ఉహించని ఆ తాత బిత్తర చూపులు చూస్తూ తడబాటుతో "అక్కడ... అక్కడ.." అంటూ చూపాడు. బయట మాటలు విన్న భైరప్పగౌడ ఎవరో వొచ్చారు అనుకొంటూ

ముద్దుకుప్పాయిని చూసి ఆశ్చర్యపోయాడు. సిరిమానోత్సవం నాడు అతడిని చూసి ఉండడం వలన వెంటనే కొంగును తలపై వేసుకొని రెండు చేతులు జోడిస్తూ "పెద్దలకు ప్రణామములు" అంది.

ఇది ఊహించని బైరప్పగౌడ తత్తరపాటుతో రెండు చేతులు జోడిస్తూ "మీ అంతటి వారు మాఇంటి వరకు శ్రమ తీసుకొని రావడం ఎందుకమ్మా? కబురు పెడితే నేనే వచ్చేవాడినికదా" అన్నాడు.

"వయసులో మీరు పెద్దవారు. ఒక వీరుడిని కన్నతండ్రి. నేను మీ దగ్గరకు రావడమే గౌరవం" అంది. ఈ మాటలు వింటున్న సంబజ్జగౌడ తల్లి బైలాంబిక కూడా బయటకు వచ్చింది. కొడుకు లేడనే దుఖంతో ఆమె చిక్కి శల్యమైపోయింది. ముద్దుకుప్పాయిని చూడగానే కన్నీటి పర్యంతం అయ్యింది.

"తల్లీ! నీవూ నేనూ దురదృష్టవంతులం. దేవుడు మనకు ఎంత అన్యాయం చేసాడు చూడమ్మా" అంటూ గొంతెత్తి ఏడవడం ప్రారంభించింది.

ముద్దుకుప్పాయి ఆమె దుఃఖాన్ని చూసి నిలవలేక పోయింది. బైలాంబికను గట్టిగా హత్తుకొని తనూ ఏడవడం ప్రారంభించింది. చుట్టుపక్కల వాళ్ళు అందరూ ఇళ్ళనుండి బయటకు వచ్చి భావోద్వేగంతో వీరి దుఖాన్ని చూసి కన్నీరు పెట్టుకొంటున్నారు. ముద్దుకుప్పాయి తమవాడకు వచ్చి తమను కలుసుకోవడాన్ని నమ్మలేక పోతున్నారు. ఆమె వారికి ఒక దేవతలా కనిపిస్తోంది. బైరప్పగౌడ ముద్దుకుప్పాయిని తమ ఇంటిలోపలకు ఆహ్వానించాడు. ఇంటిలోపలికి కుడికాలు ముందుపెట్టి వెళ్ళింది. సంబజ్జతో రావలసిన దానిని ఒక్కదానినే రావలసిన దుస్థితి వచ్చింది అనుకొంటూ బాధగా ఇంటి లోపలకు వచ్చి మంచంపైన కూర్చొంది. బైలాంబిక తాగడానికి ముద్దుకుప్పాయికి పాలు ఇచ్చింది. యోగ క్షేమాలు అడిగింది. ముద్దుకుప్పాయి ఎప్పటికైనా మా అమ్మాయే అంది. వారు చూపుతున్న ప్రేమకు ముద్దుకుప్పాయి వేదన నుండి కొంత ఊరట పొందింది. తనకు మనసు బాగా లేనప్పుడంతా వారి ఇంటికి వచ్చేందుకు అనుమతి తీసుకొంది. ఆవాడ ప్రజలు అందరూ ఆమెను ఆ వీధి దాటేవరకు సాగనంపారు. అంతమంది తనపై నిష్కల్మషమైన ప్రేమను చూపుతోంటే తన దురదృష్టాన్ని తలచుకొని బాధ పడింది. ముద్దుకుప్పాయి సంబజ్జగౌడ ఇంటికి రావడం ఆనెగొందిలో ఒక వార్త అయ్యింది. గొప్ప మనసుగల మనిషి అని కొందరు కొనియాడారు. కులీన

వర్గాలవారు అలా రావడాన్ని ఆక్షేపించారు. ముద్దుకుప్పాయి ఆక్షేపించిన వారి మాటలు లెక్కపెట్ట దలుచుకోలేదు.

ఒక పౌర్ణిమ రోజున ముద్దుకుప్పాయి శ్రీరంగనాథునికి ప్రత్యేక అర్చన చేయించి సంబజ్జగౌడ జీవితాన్ని, త్యాగాన్ని, పరుల హితము కోరే అతడి గుణగణాలను కీర్తిస్తూ నృత్య రూపకాన్ని రూపొందించడానికి శ్రీకారం చుట్టింది.

11

బీజాపూర్‌కు పశ్చిమభాగంలో అలీఆదిల్షా తనభార్య చాంద్ బీబీ స్మారకార్థం బీజాపూర్ ప్రజల దాహార్తిని తీర్చేందుకు చాంద్ బావడిని(బావిని) తవ్వించేందుకు నిర్ణయించాడు. రాక్షసి తంగడి యుద్ధంలో పట్టుబడిన విజయనగర సైనికులను బంధించి బీజాపూర్‌కు తెచ్చి చాంద్ బావడి తవ్వేందుకు వినియోగిస్తున్నాడు. తము ఈవిధంగా బంధింపబడి తీసుకరాబడిన విషయాన్ని విజయనగరలోని తమ కుటుంబ సభ్యులకు చెప్పడానికి కూడా వారికి అవకాశం లేదు. తమ ఇళ్ళల్లోని వారు తాము యుద్ధంలో మరణించామని అనుకొంటూ ఉంటారని తలచుకొని కన్నీరు మున్నీరు అవుతున్నారు. తమ దురదృష్టాన్ని తిట్టుకొంటూ దుర్భర జీవితాన్ని అనుభవించడం తప్ప వారు ఏమీ చేయలేక పోతున్నారు. వీరి పనిని మహార్ అనే కాపలాదారులు పర్యవేక్షిస్తున్నారు. ప్రతి యాభై మందికి ఒక మహార్ పర్యవేక్షకునిగా ఉన్నాడు. వారిలో సల్మాఅహమ్మద్ ఫరూకీ అనే మహార్ కొంత దయాగుణం కలవాడు. అతడి తండ్రి ఒక సూఫీతత్త్వపు అనుయాయి.

సల్మాఅహమ్మద్ ఫరూకీ పర్యవేక్షిస్తున్న యాభై మందిలో ఇటీవల పనిలో పెట్టబడ్డ విజయనగర సైనికుడు అంటే అతనికి ప్రత్యేక అభిమానం. దానికి రెండు కారణాలున్నాయి. ఒకటి ఆతడికి పనిలో చేరిన రోజున కనీసం నడవడం కూడా చేతకాలేదు. రెండవ కారణం అటువంటి స్థితిలో ఉండికూడా ఆతడు శక్తినంతటిని కూడగట్టుకొని అప్పజెప్పిన పనిని శ్రద్ధతో చేస్తోండడం. సల్మాఅహమ్మద్ ఫరూకీకి అతడితో మాట్లాడడం కూడా ఇష్టం. తోటి విజయనగర సైనికులు అతడికి ప్రత్యేక గౌరవమిస్తూ ఉండడం మూలాన కూడా సల్మాఅహమ్మద్ ఫరూకీకి ఆతనంటే గౌరవం. కానీ తనపైన కూడా నిఘా వుండడం వలన ఎక్కువ మాట్లాడడానికి అవకాశం దొరకడం లేదు. క్రమంగా ఆ సైనికుడి విషయాలు అతడికి కొద్దికొద్దిగా తెలుస్తున్నాయి.

"నేను నిరాశ పడను. ఇక్కడి నుండి స్వాతంత్ర్యం పొందేవరకూ జీవించే వుంటాను. జీవించడం కోసం ఏమైనా చేస్తాను. ఈ కష్టాలు అన్నీ భరిస్తాను. ధైర్యం చేయనివారు ఎప్పటికీ బానిసలుగానే ఉండిపోతారు. సమయం వచ్చినపుడు నేను నా అవిధేయతను నిరూపించుకొంటాను. అవిధేయత అనేది స్వేచ్ఛకు పునాది." అని అంటూంటే పరిణతితో కూడిన అతడి మాటలు సల్మాఅహమ్మద్ ఫరూకీకి విస్మయాన్ని కలిగిస్తున్నాయి.

చాంద్ బావడి తవ్వకంలో అతడు సంతోషంగా పాల్గొంటున్నాడు. ప్రజలకు ఉపయోగపడే పనిలో తను పాల్గొంటున్నందుకు ఆనందంగా ఉందని అందరితో చెబుతూ ఉంటాడు. తవ్వకం పనులు జరుగుతూ ఉన్నప్పుడు ఒకరోజు మధ్యాహ్నం హఠాత్తుగా పెద్దవర్షం వచ్చింది. ఎదుటి మనిషి కూడా కనిపించనంత పెద్దవర్షం. పనిలో ఉన్న అందరూ తమతమ గుడారాలలోకి పరిగెత్తుకొంటూ వెళ్ళారు. సల్మాఅహమ్మద్ ఫరూకీ మాత్రం ఆ సైనికుడిని తన గుడారానికి తీసుక వెళ్ళాడు. ఆ గుడారం అతడికొక్కడికే నిర్దేశించి ఉండడం వలన వారిరువురూ వివరంగా మాట్లాడుకొనేందుకు వీలు దొరికింది.

"సాహెబ్ గారు నేను ఇక్కడకు ఎలా వచ్చానో మీకు తెలుసా?"

"తెలుసు. యుద్ధభూమిలో కొనప్రాణంతో ఉన్న మిమ్ములను మా సైనికులు ఇక్కడకు తీసుక వచ్చారట"

"నాకు యుద్ధ భూమిలో మా నరపతి పైకి ఒక మదపుటేనుగు ఉన్మాదంతో దాడి చేయడం గుర్తుంది. అంగరక్షకుడిగా అతడి ప్రాణాలు

కాపాడే బాధ్యత నామీద ఉండి ఆ మదపుటేనుగుకు ఎదురువెళ్లాను. అది తన తొండంతో నన్ను విసిరి కొట్టగా, పైకి లేవలేక పోయాను. అంతవరకే నాకు జ్ఞాపకముంది."

"మరణించావని మీ సైనికులు నిన్ను వదలి వెళ్లారు. అదీగాక ఆ తరువాతి కొన్ని నిమిషాలలో అళియ రామరాయలు బంధింపబడడం వలన నిన్ను ఎవరూ పట్టించుకొన్నట్లు లేదు "

"అయ్యో! మా నరపతి బందీ అయ్యాడా? ఎక్కడ బంధింపబడి ఉన్నాడు?"

"అహమ్మద్‌నగర్ నిజాం అతడి తలను ఒక కత్తివేటుతో నరికి వేశాడట."

"దేవుడా ! ఎంత పని జరిగినది? మా నరపతికి మరణమా?"

"యుద్ధం ఎప్పుడూ మంచిది కాదు. అది మానవత్వపు పునాదిని నాశనం చేస్తుంది. ధనవంతులు యుద్ధం చేస్తే పేదలు చనిపోతారు. రాజుల మధ్య జరిగే యుద్ధంలో ప్రజలు చనిపోతారు. మీరు చేసిన యుద్ధానికి కారణం మతం కాదు, అది ఒక సాకు మాత్రమే! యుద్ధం మనిషి జీవితానికి అసహజపు ముగింపును ఇస్తుంది. యుద్ధం మూలంగా ఒక రాజ్యపు యవ్వనం నశించి పోతుంది. వృద్ధాప్యం మిగిలిపోతుంది. ఈ ముసలి ప్రభువులు యుద్ధాలు ప్రకటిస్తారు. యువకులు పోరాడి చావాల్సి వొస్తుంది. మీ విజయనగర పూర్తిగా ధ్వంసం అయ్యిందట. ప్రాణాలతో ఉన్న మీ అందరినీ యుద్ధభూమి నుండి బందీలుగా తీసుకొచ్చారు. నీ శరీరం స్వాధీనంలోకి రావడానికి ఒక మాసపురోజులు పట్టిందట. తదుపరి నిన్ను ఈ బావి తవ్వకానికి తీసుక వచ్చారు" అన్నాడు.

"జీవిత సత్యాలు చెబుతూ ఉంటే నాకు మీలో భగవంతుడు కనపడుతున్నాడు."

"మా నాన్న సూఫీ తత్వాన్ని అనుసరించినవాడు. ఒక గొప్ప సూఫీతత్వ పేరును నాకు పెట్టాడు. ఇదంతా ఆయన మాకు పెట్టిన జ్ఞానబిక్ష. నీ నడవడిక నాకు ఎంతో ముచ్చట కలిగిస్తోంది. శత్రురాజ్యంలో సహితం నీవు ప్రజల శ్రేయస్సును కోరుకొంటున్నావు. నీ వివరములు తెలుసుకొన దలచాను. అల్లా దయవలన ఈ వర్షం మనలను మాట్లాడుకొనేట్లు చేసింది."

"నా పేరు సంబజ్జగౌడ. మాది ఆనెగొంది. నేను మా నరపతి అయిన అళియ రామరాయలి అంగ రక్షకుడను" అంటూ తన విషయాలు అన్నీ చెప్పడం ప్రారంభించాడు. ముద్దుకుప్పాయితో తనకున్న ప్రణయ వ్యవహారం, యుద్ధానికి బయలుదేరే ముందు పంచభూతాల సాక్షిగా ఆమెను పాణిగ్రహణం పొందిన విధమూ చెబుతూ దుఃఖితుడు అయ్యాడు.

"దుఖించవలసిన సమయం కాదిది స్నేహితుడా! ఆమెను చేరుకొనే ఉపాయము గురించి అలోచించవలసిన సమయమిది. "

"ఏమి చేయవలెనో పాలుపోవడం లేదు. నాలో ఈ ఊపిరి ఉందంటే అది ఆమె కోసమే! మీ ద్వారా నా ప్రేమను తిరిగి చేరుకోగలనా?"

"అల్లా దయవుంటే అన్నీ సాధ్యమే. కళంకం లేని ప్రేమ ఎల్లప్పుడూ ఒక మార్గాన్ని కనుగొంటుంది, ఇది నిజం."

"నేను ఆమెను కలసిన మొదటి రోజు నుండి ఆమె నా మనసులో ఉన్న ఒకేఒక స్త్రీ. ఆ రోజు నాజీవితాన్ని మలుపు తిప్పిన రోజు. మా ఇద్దరివీ ఒకే అభిప్రాయాలు. ఆమె గొప్ప నాట్యకళాకారిణి. భామాకలాప నృత్యంలో అందెవేసిన చేయి. నదీతీరాన ఆమెను మొదటిసారి కలుసుకొన్న రోజున ఇసుకలో ఆమె నడచి వెళ్ళినప్పుడు ఏర్పడిన ఆ పాదముద్రలను ముద్దుపెట్టుకొన్నాను. అది మీకు పిచ్చిగా అనిపించవచ్చు. కాని నాకు ఆమె అంటే అంత ప్రేమ. యుద్ధానికి బయలు దేరేముందు పంచభూతాల సాక్షిగా పాణిగ్రహణం చేశాను. అలా చేయకుండినా బావుండేదేమో! నిజాయితీ కలిగిన వ్యక్తిత్వం ఆమెది. నన్ను ప్రేమించి తన జీవితాన్ని దుఖమయం చేసుకొంది"

"మీకు నిరాశ వద్దు. మీది నిష్కల్మషమైన ప్రేమ. ఆ అల్లా మీకు తప్పకుండా దారి చూపుతాడు."

"నాకు మీరు తప్ప ఈ విషయంలో సహాయపడగలవారు ఎవరూ లేరు."

"దేవుడి చిత్తం ఎలాఉందో చూద్దాం. నా శాయశక్తులా ప్రయత్నిస్తాను. హృదయం మరియు ఆత్మలతో ప్రేమలో పడే వ్యక్తులు ఎప్పటికీ విడిపోరు. ఇక్కడి ప్రజలపట్ల మీరు చూపుతున్న దయ వ్యర్థం కాదు. ప్రతి పరిస్థితి మనకు అనుభవాన్ని తెస్తుంది, గుణపాఠం కూడా నేర్పుతుంది. చికాకు పడకుండా కష్టాలను ఎదుర్కోవడం నేర్చుకోవాలి. ప్రేమతోట పరిమితి

లేకుండా పచ్చగా ఉంటుంది. అది దుఃఖం సంతోషాలే కాదు, అనేక ఫలాలనూ ఇస్తుంది. వసంతం లేకున్నా, శరదృతువు లేకున్నా అది ఎల్లప్పుడూ తాజాగా ఉంటుంది. నీవు ఆమెతో లేకపోయినా నీ మనసు నిండా ఆమెను నింపుకున్నావు. నీ ప్రేమ తప్పక విజయాన్ని సాధిస్తుంది."

"మీ మాటలు నాకు కొత్త శక్తిని ఇస్తున్నాయి."

"నీవు నమ్ముకున్న భగవంతుడిని పరిపూర్ణంగా విశ్వసించు. అతడు నీవు కోరినది ఇస్తాడు. అయితే మానవ ప్రయత్నం లేకుండా ఏదీ సాధ్యం కాదు. ఆశ కోల్పోవద్దనీ, విచారంగా ఉండకండి అనీ, మంచి చేసే వారితో అల్లాహ్ ఉంటాడని మా పవిత్ర గ్రంథం చెబుతుంది. భగవంతుడు అసాధ్యాన్నిసుసాధ్యం చేస్తాడు. ఇతరుల బాధలను తొలగించడానికి బాధలు పడటం అనేది దాతృత్వం యొక్క నిజమైన సారాంశం."

"మీ ప్రేమాభిమానాలను చూసిన తరువాత వేము యుద్ధసమయంలో ముస్లిం సైనికులను నరహంతకులనీ, మ్లేచ్ఛులనీ అకారణంగా ద్వేషించామేమో అనిపిస్తోంది."

"మంచి అనేది అన్ని మతాలలో ఉంది. ఏ మతం కూడా మనిషికి హాని చేయమని చెప్పదు. మనిషే తన స్వార్థపు కోరికలకు మతాన్ని వాడుకొంటున్నాడు. అంతెందుకు? మా పాదుషా అలీఆదిల్షాకు విజయనగర నరపతి అంటే పంచప్రాణాలు. అహమ్మద్‌నగర్ సుల్తాన్ మా పాదుషా మనసులో విషపు బీజాలు నాటి వారిద్దరి మధ్య చిచ్చు పెట్టాడు. రామరాయలి మరణవార్త విని రెండు రోజులు మనిషి కాలేక పోయాడు. ఇప్పటికీ ఆయనకు విజయనగర అంటే అభిమానమే. యుద్ధంలో బంధింపబడిన మిమ్ములను చంపకుండా ఈ ప్రజోపయోగ కార్యంలో వినియోగిస్తున్నాడు. విజయనగర సామాన్య సైనికులనే చంపడం ఇష్టం లేని మా పాదుషా నరపతిని చంపాలని అనుకోగాలడా? కొన్ని స్వార్థపర శక్తులు మీరాజ్యంలోని విద్రోహులను ధనంతో లొంగదీసుకొని కుట్రలు చేసి ఇదంతా చేశారు. ఈ బలహీనత నుండి మా పాదుషా బయట పడలేక పోయాడు"

"మీ మాట నిజమే. మా నరపతి ముస్లిం సైనికులను మాతో సమానంగా చూశాడు. వారికోసం తురక వాడలు నిర్మించాడు. ప్రార్థనలు చేసుకోవడానికి మసీదులు నిర్మించాడు. తన ప్రక్క బంగారు సింహాసనం పైన పవిత్ర గ్రంథాన్ని ఉంచేవాడు."

"అవును. ఆ విషయాలు ఇక్కడి వారందరకూ తెలుసు. మా పాదుషాకు విజయనగరవాసుల పట్ల గల ప్రేమతత్వమే మీ జీవితానికి ఆశాదీపం. అందునా విజయనగర ఇప్పుడు మా పాదుషాకు సామంత రాజ్యం. మీ నగర ప్రతినిధులు మాదగ్గర హుద్దిదార్, అమల్దార్ వంటి అధికార పదవుల్లో ఉన్నారు. మీ ప్రేయసి గొప్ప నాట్యకళాకారిణి అంటున్నారు. మా పాదుషాకు కళలు అంటే ఇష్టం. బాల్యం విజయనగరలో గరపడం వలన కొంత మతసహనమూ అబ్బింది. మీ సమాచారాన్ని ఇక్కడున్న మీ రాజ్యప్రతినిధుల ద్వారా ఆమెకు పంపుదాం. ఆమెతో ఒక నాట్యప్రదర్శన ఏర్పాటుచేసి పాదుషా మనసుని ఆనందింపచేసి ఆ పరిచయాన్ని మిమ్ములను ఇక్కడనుండి విముక్తం చేసేందుకు ఉపయోగిద్దాం. నాకు తోచినంతవరకూ ఇదే మంచి మార్గం."

"మీరు ఈ పని చేసి పెట్టినట్లయితే నేను మీకు ఆజన్మాంతం రుణపడి ఉంటాను మహాత్మా!".

"అంతా ఆ అల్లా ఇచ్ఛా! మన ప్రయత్నం మనం చేద్దాం. ఈ రోజు వర్షం ఆగేటట్లు లేదు. మీ గుడారానికి వెళ్ళండి. బావినిండా వర్షపునీరు చేరి ఉంటుంది కనుక ఇంకో మూడు రోజులు తవ్వకపు పని ఉండకపోవచ్చు. ఆ నీటిని తోడివేస్తే తప్ప మరలా పని మొదలు పెట్టలేము" అంటూ గుడారం నుండి తెరను పక్కకు తొలగించి చూస్తూ "కొంచెం వర్షం తగ్గినట్లుగా ఉంది. వెళ్ళండి. ఈ విషయం ఎవరితో అనకండి" అంటూ సంబజ్జగౌడను సాగనంపాడు.

తన గుడారమునకు వచ్చిన సంబజ్జగౌడ ఆనందానికి అవధుల్లేవు. హుషారుగా ఉండడాన్ని చూసిన తోటి సైనికులు తమాషాలు చేశారు. రాత్రంతా అతడికి నిద్ర పట్టలేదు. ముద్దుకుప్పాయి గురించీ, తన తల్లిదండ్రుల గురించిన ఆలోచనలు అతడిని చుట్టుముట్టాయి. ముద్దుకుప్పాయి ఏమనుకొంటూ ఉంటుంది? తన తల్లిదండ్రులు దుఃఖాన్ని ఎలా భరించి ఉంటారు? అనే ఆలోచనలతో అతడికి నిద్ర పట్టడంలేదు. బయట చిన్నగా వర్షపు జల్లులు పడుతోంటే బయటకు వెళ్లి వర్షంలో తడవాలన్న కోరిక కలిగింది. కానీ ఆ కోరికను అదిమి పెట్టుకున్నాడు. తన ప్రవర్తనలో తేడా గమనించి నిఘా పెడితే కష్టం అవుతుందని ఆ ఆలోచన విరమించుకున్నాడు.

12

ముద్దుకుప్పాయి తోటలో శ్రీరంగనాధుడి పూజ కోసం పూలు కోస్తోంది. ప్రతి రోజూ సాయంకాలం కూడా స్వామి దర్శనానికి వెళుతోంది. స్వామివారి సన్నిధిలో ఆమె మనసు ప్రశాంతంగా ఉంటోంది. తోటలో సాయంత్రపు చల్లని సమీరాలు, ఇప్పుడే వికసించిన పూల సువాసనలు ఆమెను సమ్మోహన పరుస్తున్నాయి. బహుశా అలాంటి గిలిగింతలు కలగడానికి ఆమె నృత్యరూపకంలో తమ మొదటి సమాగమంను వర్ణిస్తోండడం కారణం కావచ్చు. దాని ప్రభావంతో ఆ పరిమళ భరితమైన పూలతోట ఆమెలో ఏవో కోరికలను రేకెత్తిస్తున్నది. సంబజ్జగౌడను కలుసుకొనేందుకు వెళుతున్నప్పుడు ఎన్నో కలలను మోసుక వెళ్ళేది. అతడిని ముద్దాడాలనీ, కౌగిలిలో బంధించాలనీ, ఒళ్ళో తలపెట్టి మాట్లాడాలనీ ఎన్నెన్నో ఉహాలు చేస్తూ చిత్రమైన ఆనందాన్ని పొందేది. ఆనాటి విషయాలు తలుచుకొంటూ ఉంటే ఆమెకు ఒళ్ళు పులకరించి పోతోంది. ఆమెకు ఈ జ్ఞాపకాలతోనే బతికేయొచ్చు అనిపిస్తోంది.

ఇలాంటి ఆలోచనలతో పూలు కోస్తున్న ముద్దుకుప్పాయి "అమ్మా! నేను దళవాయిని. ఒక ముఖ్య సమాచారం అందించడం కోసం రాజాస్థానం నుండి వచ్చాను." అన్న మాటలు విని తలఎత్తి చూసింది. ప్రహరీ ప్రధాన ద్వారం దగ్గర ఒక దళవాయి నిల్చొని లోపలకు రావడానికి సంశయిస్తున్నాడు.

"లోపలకు రండి"

"నేను విజయనగర రాజాస్థానం నుండి వచ్చిన దళవాయిని. ఒక వర్తమానం మీకు తెలియపరచమని రాజుల వారి ఆజ్ఞ"

మాకు రాజాస్థానం నుండి వర్తమానమా? ఇటీవల కాలంలో ప్రదర్శనలకు అనుమతులు కూడా అడుగలేదే. ఏవైనా ప్రత్యేక ఉత్సవాలు నిర్వహించాబోతున్నారా? వంటి ఆలోచనలతో అతడిని తోటలోకి ఆహ్వానించింది.

అతడు తోటలోకి వినయంగా వస్తూ "అమ్మా! తమరు ముద్దుకుప్పాయి?" అని అడిగాడు.

"అవును"

"సంబజ్జగౌడకు సంబంధించిన వివరము ఇవ్వడానికి నన్ను పంపారమ్మా"

సంబజ్జగౌడ పేరు వినగానే ఒక్క సారిగా ఉలికిపడింది. తొట్రు పాటుతో

" ఏమి వివరము అతడి గురించి ?" అని ఆత్రుతతో అడిగింది.

"తెలియదమ్మా! మిమ్ములను రేపు ఉదయం ఆస్థానానికి వేంచేయమన్నారు. మహామంత్రి గారు."

" ఇప్పుడే బయలుదేరుతా"

" చీకటి పడుతోంది కదమ్మా! ఉదయాన్నే రండి. ఇది మహారాజు గారి ఆజ్ఞ!" అంటూ వంగి నమస్కరించి అక్కడ నుండి నిష్క్రమించాడు.

అతను వెళుతోంటే కలా? నిజమా? అని చూస్తూ ఉండిపోయింది. అయినా రాజాస్థానానికి తనకు సంబజ్జగౌడకు ఉన్న సంబంధం గురించి ఎలా తెలుసు? అతడి గురించి అంటే వారు తనకు అతడి వివరం చెబుతారా? తను వారికి వివరం ఇవ్వవలెనా? ఏమై ఉంటుంది? అనుకొంటూ ఉండగా తిరుమలమ్మ బయటకు వస్తూ

"ఎవరితోనో మాట్లాడుతున్నట్లు వినిపించింది. ఎవరొచ్చారు?"

"విజయనగర నుండి దళవాయి వచ్చాడమ్మా"

"ఏమిటి సమాచారం?"

"తెలీదమ్మా. ఉదయం ఆస్థానానికి రమ్మన్నారు"

"ఎందుకో"

"సంబజ్జగౌడకు సంబంధించిన వివరమట"

"సంబజ్జగౌడ గురించా?"

"అవును. అదే తెలియట్లేదు. చూద్దాం! ఉదయం వెళ్ళడానికి ఏర్పాట్లు చూడమ్మా"

"అలాగే తల్లీ! నేనూ నీతో వస్తా "

రాత్రి ముద్దుకుప్పాయికి నిద్ర పట్టలేదు. ఆలోచనలు పరిపరి విధాలుగా పోతున్నాయి. వీరగల్లు ప్రతిష్టాపన విషయమై ఉంటుందా? ఏదైనా కార్యక్రమ నిర్వహణ గురించిన విషయమా? ప్రస్తుతం పాలన అంతా పెనుగొండ నుండే జరుగుతోంది. మరి విజయనగరలో ఎవరున్నారు? మాకు ఇవ్వవలసిన సమాచారం ఏముంటుంది? అని ఆలోచిస్తూ ఎప్పుడు తెల్లవారుతుందా అని క్షణక్షణానికి కిటికీ గుండా చూస్తోంది. నిద్రలేమితో ఆమె కళ్ళు కాంతితప్పాయి.

ఉదయమే తల్లితో విజయనగరకు బయలుదేరింది. హంపీ నగరంలో ప్రవేశించిన వారికి పాడుపోయిన హంపీని చూసి కళ్ళల్లో నీరు తిరిగాయి. దసరా ఉత్సవాల సమయంలో చూసిన హంపీ ఎలా ఉండేది? ఇప్పుడు ఎలా అయిపోయింది? ఇప్పుడు హంపీని చూస్తోంటే గుండె తరుక్కు పోతోంది. ఎక్కడ చూసినా శిథిలాలే!. హంపీ హాళుహంపీ అయ్యింది. ఇద్దరూ నేరుగా ఆస్థానానికి వెళ్ళారు. పిలవడానికి వచ్చిన దళవాయి వీరికోసమే ఎదురు చూస్తున్నట్లున్నాడు. "రండమ్మా !" అంటూ మహామంత్రి మహల్‌కు తీసుక వెళ్ళాడు. మహామంత్రి తన మహల్‌లో సింహాసనంపై ఆసీనుడై ఉన్నాడు. వీరిద్దరిని చూసిన వెంటనే చిరునవ్వుతో "రండి. అలా ఆశీనులు కండి" అన్నాడు.

ముద్దుకుప్పాయి, ఆమె తల్లి ఇరువురూ మహామంత్రికి రెండు చేతులు జోడించి అభివాదం చేస్తూ కూర్చున్నారు.

"మాకు బీజాపూర్ నుండి వేగుల ద్వారా ఒక ముఖ్య సమాచారం

వచ్చింది"

" అయ్యా! ఏమిటి ఆ వివరం? మాకు ఆందోళనగా ఉన్నది. మా వైపు నుండి ఏమైనా తప్పు జరిగిందా?" అని భయంభయంగా తిరుమలమ్మ అడిగింది.

"ఆందోళన పడవలసిన అవసరం లేదు. మీ తప్పుకు సంబంధించినది కాదు."

"మరి?"

"సంబజ్జగౌడ మీకు ఎరుకనే కదా?"

"అవును స్వామీ! నరపతి గారి అంగరక్షకుడు. నా బిడ్డను వివాహం చేసుకోవాలని తలచినవాడు"

"అతడి వివరము మాకు తెలిసింది. అందుకే మిమ్మల్ని పిలిపించాము. మనమంతా సంబజ్జగౌడ మరణించాడు అనుకొన్నాం కదా ! వాస్తవంగా అతను బ్రతికే ఉన్నాడు. ప్రస్తుతం బీజాపూర్‌లో ఉన్నాడు"

ఆ మాటలు విన్న ముద్దుకుప్పాయి కళ్ళలో ఒక్కసారిగా ఆనంద భాష్పాలు కురిశాయి. సంబజ్జగౌడ బ్రతికే ఉన్నాడన్న వార్త ఆమెను ఉక్కిరి బిక్కిరి చేస్తోంది.

"స్వామీ! వివరము తెలుసుకొనుటకు మనసు తొందర పడుచున్నది. మామీద దయుంచి చెప్పగలరు" అంటూ రెండు చేతులు జోడించి మహామంత్రిని ప్రాధేయపడింది.

"వివరంగా చెబుతానమ్మా! యుద్ధభూమిలో నరపతి మీద ఏనుగు దాడి చేయబోగా సంబజ్జగౌడ దానికి అడ్డుగా వెళ్ళాడు. మదమెక్కిన ఆ ఏనుగు సంబజ్జ మీద దారుణంగా దాడిచేసింది. స్పృహ తప్పిన అతడిని అందరూ మరణించినాడు అనుకొన్నారు. అయితే మరుసటిరోజున పంచ పాదుషా సైన్యాలు అతను ప్రాణాలతో ఉన్నట్లు గుర్తించాయి. మిగిలిన సైనికులతో పాటు అతడినీ బీజాపూర్‌కు తరలించారు. అక్కడ ఒక నెల రోజుల పాటు మంచం మీదనే ఉన్నాడట. ఆరోగ్యవంతుడైన తరువాత అతడిని అక్కడ ఒక బావిని తవ్వే పనిలో పెట్టారట. పనిపట్ల అతడు చూపుతున్న శ్రద్ధ, నిజాయితీలు అతడి పై అధికారిని మెప్పించాయట. సంబజ్జపై ప్రేమతో

అతను ఆరాతీస్తే మీగురించి చెప్పాడట. మీకోసమే జీవించి ఉన్నాననీ, ఎలాగైనా తనను మీ దగ్గరకు చేర్చమని ప్రాధేయపడ్డాడట. ప్రస్తుతం విజయనగర వారికి సామంత రాజ్యంగా ఉండడం వలన అక్కడి మన ప్రతినిధులు రహస్యంగా ఈ సమాచారమును మీకు తెలియజేయమన్నారు. అలీఆదిల్షా గారికి కళలు అంటే ప్రాణమని మీకూ తెలుసు. మీ బృందం నృత్యరూపకం ప్రదర్శన నెపమున బీజాపూర్ వెళ్లి పాదుషాను మెప్పించి సంబజ్జగౌడను అక్కడి నుండి తెచ్చుకోవడానికి ఒక ప్రతిపాదన వచ్చింది. ఆ విషయము మీకు తెలుపుటకు పిలిపించాము"

"ఎంతటి శుభవార్త! మా సర్వశక్తులు ధారపోసి పాదుషాను మెప్పించి సంబజ్జగౌడను తెచ్చుకొంటాం మహోదయా" అంటూ తిరుమలమ్మ రెండు చేతులు ఎత్తి దండం పెట్టింది.

"నృత్య రూపకాల ప్రదర్శనలతో సంచారులుగా ఉన్న మిమ్ములను మహారాజుగారి పూర్వీకులు ఇక్కడ స్థిర నివాసం ఏర్పరచుకొమ్మని కోరిన కారణంగా మీరందరూ ఈ రాజ్యంలో ఉన్నారు. మీ బాగోగులు చూడవలసిన బాధ్యత ఈ విజయనగరదే! నరసింహనాయకుడు మీలోని సామాజిక సంక్షేమ దృష్టికి మెచ్చి మీలాంటివారు ఈ సామ్రాజ్య శ్రేయస్సుకు అవసరమని గుర్తించి ఇక్కడ స్థిరనివాసం చేసుకోండని కోరారు. మీరు ఆయన కోరికను మన్నించి విజయనగరపై విశ్వాసంతో ఇక్కడ ఉన్నారు. మీకోసం విజయనగర ప్రభువులు ఏమైనా చేయవలసి ఉంది. మీ బృందం బీజాపూర్‌కు బయలుదేరి కార్యాన్ని విజయవంతం చేసుక రండి. అన్ని విషయాలలో ప్రభువుల సహాయ సహకారాలు మీకు ఉంటాయని తెలియజేయమన్నారు"

"తమరి ప్రేమాభిమానాలకు మేము సర్వదా రుణపడి ఉంటాము. సంబజ్జగౌడనే కాదు బందీలుగా ఉన్న మన సైనికుల అందరి విడుదలకు ప్రయత్నిస్తాము. ఈ రాజ్య పౌరులుగా అది మా బాధ్యత. మాకు సెలవు ఇప్పించండి మహోదయా!" అంటూ ముద్దుకుప్పాయి మహామంత్రికి వందనం చేసింది. ఇద్దరూ అక్కడనుండి సంతోషంగా బయటకు వచ్చారు.

"అమ్మా! నాగసాని గారి ఇంటికి వెళ్లివద్దామా?"

"ఆ రాజ వేశ్య ఇంటికా?"

"అవునమ్మా."

"ఎందుకు?"

"సంబజ్జగౌడ విజయనగర ఆస్థానంలో ఉన్నప్పుడు ఆమె అంతరంగిక సేవిక అయిన 'వలంది' అనే అమ్మాయి ఆయనకు సుపరిచితురాలు. ఆ అమ్మాయి అంటే సంబజ్జకు చాలా అభిమానం. యుద్ధానికి బయలుదేరునపుడు నేను సంబజ్జగౌడను సాగనంపుటకు వెళ్లినపుడు అక్కడ ఆయన నాకు ఆ అమ్మాయిని పరిచయం చేశాడు. మా యిద్దరి వివాహమును కళ్ళారా చూడాలని ఆకాంక్షను వ్యక్తం చేసింది. నిష్కల్మషమైన మనసు కలది. వలంది కూడా యుద్ధభూమికి వెళ్ళింది. వలందిని కలవడం వలన సంబజ్జ విషయాలు కూడా కొంత తెలిసే అవకాశముంది. వెళ్లి కలవాలనిపిస్తోందమ్మా!" అని ప్రాధేయపడింది.

"తప్పకుండా వెళదాం. అందునా నాగసాని గొప్ప సాహితీవేత్త. సంగీతకారిణి. నాకునూ ఆమెను కలవడం ఇష్టమే! పద" అంది తిరుమలమ్మ.

ఇద్దరునూ రాజవేశ్య నాగసాని ఇంటికి బయలుదేరారు. ద్వారము దగ్గర ఉన్న సేవికకు ఆనెగొంది నుండి తిరుమలమ్మ కలువడానికి వచ్చినట్లు నాగాసానికి తెలపమని కోరింది.

"లోపలకు రండి." అంటూ సేవిక వారిని హాలులోకి తీసుకవెల్లి కూర్చోమని చెప్పి నాగసానికు వీరి రాకను గురించి తెలుపుటకు లోపలకు వెళ్ళింది. సేవిక ద్వారా ఆనెగొంది నుండి తిరుమలమ్మ వచ్చిందన్న విషయంవిని ఆశ్చర్యంతో ఎందుకై ఉంటుందనుకొంటూ హాలులోకి వస్తూ తిరుమలమ్మకు నమస్కరించింది.

"తిరుమలమ్మ గారూ! ఈరోజు మాకు చాలా విశేషమైన రోజు. మీ గురించి నేను విన్నాను. గొప్ప నృత్యకళాకారిని అనీనూ, సామాజిక క్షేమమును కాంక్షించు వ్యక్తీ అనీనూ. మీరు మా ఇంటికి రావడం అపురూపం" అన్నది సంతోషంగా.

నాగసానికి ప్రతినమస్కారం చేస్తూ "ఈ అమ్మాయి నా కూతురు ముద్దుకుప్పాయి. ఈమె కూడా భామాకలాప కళాకారిణి. రాజాస్థానము నుండి కలువమని ఆదేశం ఉంటే విజయనగర వచ్చాం. మా అమ్మాయి అళియ రామరాయలు గారి అంగరక్షకుడైన సంబజ్జగౌడను ప్రేమించినది. ఇద్దరునూ వివాహం చేసికోవాలనే తలంపుతో ఉన్నపుడే యుద్ధం వచ్చింది.

యుద్ధ విషయాలు మీకునూ తెలుసు."

"అవునవును. రాజాస్థానంలో మంచివాడనీ, ధైర్యసాహసాలు కలవాడనీ సంబజ్జగౌడకు గొప్ప పేరుంది. మా వలంది ఎప్పుడూ ఆయనగురించే చెబుతూ ఉండేది"

"సంబజ్జ గౌడకు వలంది అంటే చాలా అభిమానం. మేం ఇరువురమూ వారు యుద్ధానికి బయలుదేరే రోజున మైదానంలో కలిశాం. మీరు తనపట్ల దయతో ఉండేవారనీ, మీరు తనకు చదువు చెప్పించారనీ, వీణ కూడా నేర్పించారనీ సంబజ్జగౌడతో చెప్పిందట. ఆరోజున మా ఇరువురి వివాహాన్ని కళ్ళారా చూడాలనే ఆకాంక్షను వ్యక్తం చేసింది. అంత అభిమానంగా ఉండే పిల్లను కలసి వెళదామని అమ్మతో వచ్చాను" అన్నది ముద్దుకుప్పాయి.

ముద్దుకుప్పాయి మాటలు వింటున్న నాగసాని కళ్ళల్లో నీళ్ళు తిరిగాయి. "వలంది ఇక మనకు లేదమ్మా! యుద్ధభూమికి రాజుగారి ఆజ్ఞ వుండడం వలన దానిని పంపక తప్పలేదు. పంపకుండా ఉండేందుకు శాయశక్తులా ప్రయత్నించాను. మినహాయింపు ఇవ్వలేదు. సున్నితమైన శరీరం, మనసు కలది. అక్కడ వారిని తట్టుకొనే శక్తి దానికి లేదని నాకు తెలుసు. లేత గులాబి లాంటి పిల్ల. అయిష్టంగానే యుద్ధభూమికి పంపాను. అక్కడి మనుషుల ధాటికి తట్టుకోలేక పోయింది. చిన్నపిల్ల వారి కర్కశత్వానికి బలైపోయిందమ్మా!" అంటూ రోదించసాగింది.

తిరుమలమ్మ లేచి వెళ్ళి నాగసాని తలను తన గుండెలపై ఉంచుకొని ఓదార్పుగా వీపు నిమిరింది. దుఃఖపడవద్దు అంది.

"ఈ చేతులతోనే పెంచి ఈ చేతులతోనే గొంతు కోశాను. ఎంత పరిణతితో వ్యవహరించేది. నేను కూడా దాని సున్నిత మనస్తత్వం తెలిసి ఎవరిదగ్గరకూ పంపేదానిని కాను. ఎంత చక్కగా వీణ వాయిస్తూ పాటలు పాడేది. నా మనసు బాగులేనప్పుడు దాని పాటే నాకు ఉపశమనంగా ఉండేది. నేను దుర్మార్గురాలినమ్మా! నన్ను ఆ దేవుడు కూడా క్షమించడు" అంటూ నాగసాని తల బాదుకోవడం ప్రారంభించింది.

ముద్దుకుప్పాయి కళ్ళల్లో నీళ్ళు ధారలు కట్టాయి. ఏడుపును అదుపు చేసుకోలేకపోతోంది. వారు ఇరువురూ రోదిస్తోంటే తిరుమలమ్మ కళ్ళల్లో కూడా నీళ్ళు వచ్చాయి. మానవజన్మ రుణానుబంధాలు ఎలా ఉంటాయో

కదా అనుకొంది. బరువెక్కిన హృదయంతో వారిరువురూ నాగసాని ఇంటి నుండి నిష్క్రమించారు.

ఇద్దరూ విజయనగర నుండి ఆనెగొందికి బయలు దేరారు. ఆనెగొంది ప్రవేశ ద్వారం దగ్గరకు రాగానే

"నేను శ్రీరంగనాథుడి దర్శనం చేసుకొని వస్తాను. నీవు వెళ్ళమ్మా" అంటూ పరుగున దేవాలయం వైపు వెళ్ళింది.

ముద్దుకుప్పాయి మొదట సంబజ్జగౌడ ఇంటికి వెళ్ళింది. పరుగులాంటి నడకతో వెళుతున్న ఆమెను చూసి అందరూ ఆశ్చర్యపోతున్నారు. హఠాత్తుగా వచ్చిన ముద్దుకుప్పాయిని చూసి బైలాంబిక "ఏమ్మా! ఏమి జరిగింది" అని ఆందోళనగా ప్రశ్నించింది.

"అమ్మా! సంబజ్జ బతికే ఉన్నాడు. బీజాపూర్‌లో ఉన్నాడు. రాజప్రసాదం నుండి కబురు వచ్చింది" అంటూ బైలాంబికను గట్టిగా ఆలింగనం చేసుకొంది.

"ఎంతటి శుభవార్త! ఉండమ్మా, దేవుడికి నేతి దీపం పెట్టి వస్తాను" అంటూ సంతోషంగా పూజా గదిలోకి వెళ్ళింది. బైరప్పగౌడ ముద్దుకుప్పాయి చెప్పిన మాటలు విని ఇది కలా? నిజమా? అనే సందేహంలో ఉన్నాడు. బైలాంబిక నెయ్యి, బెల్లం తీసుకవచ్చి ఇద్దరి నోర్లు తీపి చేసింది. ముద్దుకుప్పాయి వారిద్దరికీ వివరం చెప్పింది. మరికొన్ని రోజుల్లోనే బీజాపూర్ బయలుదేరుతున్నామని తెలిపింది.

బైరప్పగౌడ, బైలాంబిక ఇద్దరూ ముద్దుకుప్పాయితో బీజాపూర్ వస్తామని కోరారు. అందుకు ముద్దుకుప్పాయి సున్నితంగా వద్దని చెబుతూ "ఈ కార్యం ఏంతో గుట్టుగా నిర్వహించవలసినది. మా బృందం అక్కడకు వెళుతుంది. తప్పక అయన్ని తీసుక వస్తాము. మీరు ఇక్కడే ధైర్యంగా వుండండి" అంటూ వారినుండి సెలవు తీసుకొంది.

ముద్దుకుప్పాయి అక్కడ నుండి శ్రీరంగనాథస్వామి దేవాలయానికి బయలు దేరింది. దేవాలయంలో స్వామివారిని దర్శించుకొంది. మరోసారి సిరిమాను ఆడుతానని మొక్కుకొంది. తను రూపొందించిన నృత్యరూపకానికి, జరుగుతున్న వర్తమానాన్ని చేర్చి అపురూపమైన ప్రేమ కథగా తీర్చిదిద్దింది. ఒక మంచి రోజున వారి బృందం బీజాపూర్‌కు బయలు దేరింది.

13

ముద్దుకుప్పాయి బృందం బీజాపూర్ చేరుకొంది. తమకు ఇవ్వబడిన వివరం ప్రకారం వారు రాజప్రాసాదానికి వెళ్లి వకీల్ అల్ సుల్తానత్ (అత్యున్నత మంత్రి)ను కలిశారు.

''మహారాదయా! మేము కూచిపూడి భాగవతులం. దేశ సంచారం చేస్తూ నృత్యరూపకాలు ప్రదర్శించడం ద్వారా ఉదరపోషణ చేసుకొంటూ ఉంటాము. పాదుషాగారు కళల పట్ల మిక్కిలి అభిమానం కలవారని తెలిసి ప్రదర్శన నిమిత్తం తమ రాజ్యమునకు వచ్చాము. పాదుషా గారిని కలవడానికి, అనుమతి కోరడానికీ సహాయం చేయవలసినదిగా అర్థిస్తున్నాము" అని విన్నవించారు తిరుమలమ్మ.

"మీరన్నది నిజమే! మా పాదుషా గారికి కళలు అన్న మక్కువ. తప్పక మీరు వారిని కలిసే ఏర్పాటు చేస్తాము. రేపు ఉదయం మీకు పాదుషా గారు దర్శనం ఇస్తారు. అంతవరకు మేము ఏర్పాటు చేసే విడిదిలో

వేచి ఉండండి. మా ముస్తోఫీ అల్ ముల్క్ (మంత్రి సహాయకుడు) మీ విడిది ఏర్పాట్లను పర్యవేక్షిస్తాడు" అన్నాడు.

"ధన్యవాదాలు మహోదయా! మీ సహాయమును ఎన్నడూ మరువము" అంటూ అక్కడనుండి నిష్క్రమించి ముస్తోఫీ అల్ ముల్క్‌ను అనుసరించారు. వకీల్ అల్ సుల్తానత్ భవనం నుండి బయటకు వచ్చిన ముస్తోఫీ అల్ ముల్క్ ముద్దుకుప్పాయి బృందాన్ని సమీపంలోని విడిది భవనానికి తీసుక వెళ్ళాడు. అక్కడ వారికి అన్ని వసతులు ఏర్పాటు అయ్యేట్లు అక్కడివారికి ఆదేశాలు ఇచ్చాడు.

భోజనాలు ముగిశాయి. ముద్దుకుప్పాయి మనసు ఉద్వేగంతో ఉంది. ఆమె ఆలోచనలు పరిపరి విధాలుగా పోతున్నాయి. సంబజ్జగౌడ ఎక్కడ ఉన్నాడో? ఎలా ఉన్నాడో? అన్నఆలోచనలు ఆమెను నిలువనీయకున్నాయి. "తాము ఇక్కడకు వచ్చిన విషయం అతడికి తెలిసి ఉంటుందా? తెలియదా? అసలు తమ ప్రయత్నం గురించి ఆయనకు తెలుసా? రేపు ప్రదర్శనకు సంబజ్జ వస్తారా? తనను ఆతడు మొదటిసారిగా విజయనగరలో జరిగిన దసరా ఉత్సవాలలో నృత్య ప్రదర్శనలో చూశాడు. మరలా రేపటి ప్రదర్శనలో తను వస్తారా? తము చేస్తున్న ఈ ప్రయత్నం సఫలం అవుతుందా? పాదుషా గారు ఈ రూపకాన్ని మొత్తం వీక్షిస్తే తప్పా ఆయన హృదయం కరుగదు. తన కోరికను తప్పక ఆయన మన్నిస్తారు" అని ఆలోచన చేసుకొంటూ నిద్రలోకి జారుకుంది.

ఉదయమే ముస్తోఫీ అల్ ముల్క్ ముద్దుకుప్పాయి విడిది భవనానికి వచ్చాడు. "అమ్మా! పాదుషా గారు నిన్న రాత్రే తమ ప్రదర్శనకు అనుమతిచ్చారట. వకీల్ అల్ సుల్తానత్ తమరికి ఈ విషయం చేరవేయమన్నాడు. మీరు ఇప్పుడు పాదుషాను కలసి అనుమతి కోరవలసిన అవసరం లేదు. మీరు మీ ప్రదర్శనకు ఏర్పాట్లు చేసుకోండి. మీ సభ్యులు ఎవరైనా నాతో వస్తే రంగభూమి చూపిస్తా. అక్కడి వేదికకు తగినట్లుగా మీరు ఏర్పాట్లు చేసుకోవచ్చు" అంటూ విషయం తెలిపాడు.

"ధన్యులం నాయనా! మీ ఏర్పాట్లు చాలా బాగున్నాయి. మాకు కించిత్తు అసౌకార్యాన్ని కూడా కలిగించలేదు. మీ ఆతిథ్యం మమ్మలను సంతోష పెట్టుచున్నది" అంటూ తిరుమలమ్మ ముస్తోఫీ అల్ ముల్క్‌కు ధన్యవాదాలు తెలియజేసింది. తమ బృంద సభ్యుడిని అతడితో రంగభూమి

చూసి వచ్చేందుకు పంపినది. తమ వస్తువులు మోసేందుకు నలుగురు సేవకులను కేటాయించారు.

ప్రదర్శన సమయం దగ్గర అయ్యేకొద్దీ ముద్దుకుప్పాయికి ఉద్వేగం పెరుగుతోంది. శ్రీరంగనాథుడిని ధ్యానించడంద్వారా ఆ ఉద్వేగాన్ని అధిగమించే ప్రయత్నం చేస్తోంది. ఈ ఆందోళన వలన తను నృత్యరూపకాన్ని విజయవంతంగా ప్రదర్శించలేక పోతే చేసిన ప్రయత్నం అంతా వృధా అవుతుందని భయపడుతోంది. అలా విఫలం కారాదని అందరు దేవుళ్ళనూ కోరుకొంటోంది. ఈ అవకాశాన్ని సద్వినియోగం చేసుకోలేకపోతే తన జీవితానికి అర్థమే లేదని భావిస్తోంది. ఎంతో కష్టపడి రూపొందించిన నృత్య రూపకం పాదుషా మనసును కరిగింప చేయాలనీ, పాదుషా హృదయం కదిలించక పోతే తన ప్రయత్నం విఫలం అయినట్లేననీ అనుకొంటూ తను ఈ భాధ్యతను విజయవంతంగా నిర్వహించగలనా? అనే సంశయం ఆమెకు కలిగింది. ఈ రకమైన మానసిక ఆందోళన నుండి బయట పడడానికి ఆమె శాయశక్తులా ప్రయత్నిస్తోంది.

*****

నృత్యకలాపానికి అనువుగా రంగభూమి అలంకరింపబడి చూచుటకు ఆకర్షణీయంగా ఉంది. అందరూ ప్రదర్శనకు సిద్ధమై ఉన్నారు. ముద్దుకుప్పాయి ఆత్మవిశ్వాసం సడలకుండా ఉండేందుకు ప్రయత్నిస్తోంది. ఆందోళనను కర్తవ్యదీక్ష అధిగమించేట్లు చేస్తోంది. పాదుషా గారు ప్రదర్శనకు వస్తేనే ఆమె ప్రయత్నం సఫలం అవుతుంది. పాదుషా వారు ప్రదర్శనకు రావాలని సకల దేవతలను ప్రార్థిస్తోంది. పాదుషా గారు వస్తున్నట్లు ప్రకటన వెలువడింది. ముద్దుకుప్పాయి ఆనందంతో ప్రదర్శనకు అందరినీ సిద్ధం చేసింది.

విఘ్నేశ్వర స్తుతితో ప్రదర్శన ప్రారంభం అయ్యింది. తదుపరి సరస్వతి ప్రార్థన జరిగింది. నృత్య రూపకం కథా సారాంశం ముద్దుకుప్పాయి, సంబజ్జగౌడల ప్రేమకథ. వారిరువురి మధ్య ప్రేమ ఎలా చిగురించింది? సంబజ్జగౌడ తన గ్రామంలో పశువులను పులుల బారినుండి ఎలా కాపాడాడు? నది ప్రవాహంలో కొట్టుకొని పోతున్న తల్లి బిడ్డలను ఎలా కాపాడాడు? వంటి సాహసోపేతమైన విన్యాసాలు, సమాజ క్షేమం కోసం ఎంతలా కష్టపడ్డాడు, స్వామిభక్తి పరాయణుడైన అతను తన నరపతిని ఏనుగు దాడినుండి ఎలా రక్షించాడు? శత్రురాజులచేత బంధింపబడి వారి దేశానికి

ఎలా తీసుకపోబడ్డాడు? తన ప్రేయసిని ఏనాడైనా కలుస్తాననే ఆశతో ఎలా జీవిస్తున్నాడు ? అనే కథాంశంను హృదయానికి హత్తుకొనే విధంగా ప్రదర్శన కొనసాగింది.

నాయకా నాయకికు జరిగిన ఎడబాటు గురించి ప్రేక్షకులందరి కళ్ళు చెమర్చుతుండగా ప్రదర్శన ముగిసింది. ప్రదర్శనను వీక్షించిన అలీఆదిల్షా హృదయం బరువెక్కింది. రూపకం తమ మనసును కదిలించిందని కొనియాడాడు. కరుణరస ప్రధానమైన ఆ నృత్యరూపకం ప్రేక్షకులను అందరినీ ఆకట్టుకొంది. పాదుషా ముద్దుకుప్పాయి బృందానికి ఉదయపు దర్శనానికి అనుమతి ఇచ్చాడు. కానుకలతో కళాకారులను గౌరవిస్తామని ఆదేశాలు ఇచ్చి అక్కడనుండి నిష్క్రమించాడు.

ఉదయమే ముద్దుకుప్పాయి బృందం పాదుషా దర్శనానికి వెళ్ళింది. అలీఆదిల్షా దర్బారులో ఆసీనుడై ఉన్నాడు. ముస్తొఫీ అల్ ముల్క్ వీరి బృందాన్ని దర్బారులో ప్రవేశపెట్టాడు. పాదుషా ముద్దుకుప్పాయి బృందాన్ని హృదయపూర్వకంగా ఆహ్వానించాడు.

"మీ ప్రదర్శన మా మనసును రంజింప చేసింది. ముఖ్యంగా కథానాయకి అభినయం అమోఘం. కథానాయకుడి దీనగాధ మా హృదయాన్ని ద్రవింపచేసింది. నేనే ఆపాలకుడిని అయ్యుంటే అతడిని తప్పక విడుదల చేసి వారు సంతోషకరమైన జీవితం గడిపేట్లు ఆదేశాలు ఇచ్చేవాడిని. మీ రూపకం నన్ను అంతలా లీనమయ్యేట్లు చేసింది" అన్నాడు.

అటువంటి అవకాశం కోసమే ఎదురుచూస్తున్న ముద్దుకుప్పాయి వెంటనే అందుకొంది. "మహారాజా! మీరు దయార్ధ్ర హృదయం కలవారు. అందువలననే మా రూపకం మీ హృదయాన్ని తాకినది. బీజాపూర్ నగరమున ప్రజల సంక్షేమం కోసం ఎన్నో ప్రజాపయోగ కార్యక్రమాలు చేపట్టారని తెలుసుకున్నాం. మీలాంటివారి దయా దాక్షిణ్యాలమీద జీవికసాగిస్తున్న వారం. తమరు మమ్ములను క్షమిస్తామంటే ఒక విన్నపం చేసుకొంటాము" అని అర్థించినది.

"మీరు సమాజ హితమును కోరువారు అని విన్నాం. మీ విన్నపం ఏమిటో చెప్పండి. తప్పక తీర్చెదము "

" మేము ప్రదర్శించిన నృత్యరూపక కథాంశం నా జీవితమే. కథా

నాయకుడు ఎక్కడో లేడు. మీ ఆధీనంలోనే వున్నాడు. చాంద్ బావడి తవ్వకం బాధ్యతల్లో ఉన్నాడు. ప్రజల దాహం తీర్చడం కోసం మీరు చేస్తున్న ఆ మహాకార్యంలో సంతోషంగా పాలుపంచుకొంటూ ఉన్నాడు. దయగల ప్రభువులు మమ్ములను క్షమించమని వేడుకొంటూ ఉన్నాము" అని ముద్దుకుప్పాయి నమస్కరిస్తూ అంది.

"మీరు క్షమించవలసిన తప్పు పని ఏమీ చేయలేదు. మీ ప్రేమ గొప్పది. అతడి హృదయం అంతకన్నా గొప్పది. మీకు కన్నీరు పెట్టించడాన్ని ఆ అల్లాహ్ క్షమించడు. స్త్రీ అయినా, పురుషుడైనా అల్లాహ్‌కు సమానమే. వారి కర్మలకు చెందినంతవరకు స్త్రీ అయినా, పురుషుడైనా మంచి పనికి మంచి బహుమానం పొందుతారు. మీకు అతడిని బహుమతిగా ఇస్తున్నాను. మాట తప్పనివాడిని. మా పితృసమానులైన రామరాయలు నాకు ఇదే నేర్పాడు. అందునా ప్రస్తుతం మీరు మా రాజ్య పౌరులు! మహామంత్రీ ఆ వీరునకు ఒక మేలుజాతి అశ్వమును మన తరుపున బహుమతిగా ఇవ్వండి. వీరికి మన హొదాకు తగినట్లుగా కానుకలు ఇవ్వండి. విజయనగర కూడా మన సామంతరాజ్యమే. కావున చాంద్ బావడి తవ్వకం పూర్తి అయిన వెంటనే మిగిలినవారిని కూడా వారి ఇండ్లకు పంపించి వేయమని ఆదేశాలు ఇవ్వండి" అంటూ తమ అభిమానాన్ని పాదుషా ప్రకటించాడు. వకీల్ అల్ సుల్తానత్‌కు తగిన చర్యలు తీసుకోవలసినదిగా ఆదేశాలు జారీ చేశాడు.

*****

ముద్దుకుప్పాయి సంతోషంగా పాదుషా దర్బారు నుండి తన బృందంతో బయటకు వచ్చింది. వకీల్ అల్ సుల్తానత్ దళవాయికి సంబజ్జగౌడను చాంద్ బావాడి నుండి తోడ్కొని రావలసినదిగా ఆదేశాలు ఇచ్చాడు. ముద్దుకుప్పాయి బృందం తమ విడిదికి వచ్చారు. ముద్దుకుప్పాయి శ్రీరంగనాథుడికు మనసులో పరిపరి విధాలుగా కృత్ఞతలు తెలుపుకొంటోంది. వేయికళ్లతో సంబజ్జగౌడ కోసం ప్రధాన ద్వారం దగ్గర వేచి చూస్తోంది.

సల్మాఅహమ్మద్ ఫరూకీ పర్యవేక్షణలో సంబజ్జగౌడ పనిలో నిమగ్నమై ఉన్నాడు. వకీల్ అల్ సుల్తానత్ ఆదేశాలు తీసుకొన్న ముస్తోఫీ అల్ ముల్క్ స్వయంగా చాంద్ బావడి దగ్గరకు వచ్చాడు. ముస్తోఫీ అల్ ముల్క్ రాకతో ఆ ప్రాంతంలో కలకలం బయలుదేరింది. ఆ ప్రదేశానికి సహాయ మంత్రి రావడం అందరిని ఆశ్చర్యానికీ, ఆందోళనకూ గురిచేసింది. సంబజ్జగౌడ గురించి అతడు ఆరా తీశాడు. సల్మా అహమ్మద్ ఫరూకీ పర్యవేక్షణలో

ఉన్నాడని అక్కడి పనిలో ఉన్న సైనికులు తెలిపారు. ఇద్దరినీ తన దగ్గరకు తీసుక రమ్మని ఆదేశాలు ఇచ్చాడు.

సైనికులు సల్మాఅహమ్మద్ ఫరూకీ దగ్గరకు వెళ్లి అభివాదం చేసి సంబజ్జగౌడతో మిమ్ములను రమ్మని ముస్తొఫీ అల్ ముల్క్ ఆదేశాలు ఇచ్చాడన్నారు. సల్మాఅహమ్మద్ ఫరూకీ ఆశ్చర్యపోయాడు. ఒక సహాయమంత్రి స్వయంగా సంబజ్జగౌడను తీసుకెళ్లేందుకు వచ్చాడు అంటే తాము తలంచిన కార్యము నెరవేరినట్లుగా ఉందని భావించి అతడి మొఖంలో సంతోషం వెల్లివిరిసింది.

సంబజ్జను పిలిచి "బయలుదేరు దర్బారుకు. కబురు వచ్చింది" అన్నాడు నవ్వుతూ .

ఆశ్చర్యంతో సంబజ్జగౌడ తన చెవులను తానే నమ్మలేకపోయాడు. "ఎందుకు మహోదయా ?" అంటూ దగ్గరగా వచ్చాడు చేస్తున్న పనిని ఆపి.

"ఎందుకో నాకూ తెలియదు. సహాయమంత్రి బయట మనకోసం ఎదురుచూస్తూ ఉన్నాడు. మన ఇద్దరికీ పిలుపు వచ్చింది. అల్లాహ్ దయవలన మంచే జరుగుతుంది. పద వెళదాం" అంటూ భుజం తట్టాడు.

ముస్తొఫీ అల్ ముల్క్ వీరిద్దరినీ చూసి "మీరిరువురూ ఈ సైనికుల వెంబడి వెళ్ళండి" అంటూ సైనికుల వైపు చూస్తూ "వారు విడిది చేసిన భవంతికి వీరిని తీసుక వెళ్ళండి" అని ఆదేశాలు ఇచ్చాడు. వారందరూ ముద్దుకుప్పాయి విడిది చేసిన భవంతికి బయలు దేరారు. సంబజ్జగౌడకు అంతా కలలా తోస్తోంది.

ముస్తొఫీ అల్ ముల్క్ బావి తవ్వుతున్న వారిని ఉద్దేశించి పెద్ద గొంతుకతో "అందరూ వినండి. ఈ బావి తవ్వడం పూర్తి అయిన వెంటనే మిమ్ములను కూడా మీ మీ ప్రాంతాలకు పంపడానికి పాదుషా గారు ఆజ్ఞ ఇచ్చారు. త్వరగా పని ముగించుకొని మీ కుటుంబాల దగ్గరకు వెళ్ళండి" అని ప్రకటించాడు. అందరూ నూతన ఉత్సాహంతో జయజయధ్వానాలు చేశారు. విడిది భవనపు ప్రధానద్వారం దగ్గర ముద్దుకుప్పాయి ఆతృతతో ఎదురు చూస్తోంది. దూరంగా ఇద్దరు వ్యక్తులు నలుగురు సైనికులతో కలసి తమ భవంతి వైపు రావడాన్ని గమనించింది. వారి మధ్యలో సంబజ్జగౌడ

ఉన్నాడు. పరిగెత్తుకొంటూ ఎదురుగా వెళ్ళింది. కళ్ళల్లో ఆనంద భాష్పాలు రాలుతున్నాయి. ముద్దుకుప్పాయిని చూసిన సంబజ్జగౌడ పరుగున వచ్చి ఆమెను కౌగిలించుకున్నాడు. ఒకరినొకరు హత్తుకొని ఆనంద భాష్పాలలో తడిసిపోయారు. తిరుమలమ్మ, వారి బృందం పరుగున మహల్ బయటకు వచ్చారు. అందరకీ వీరిద్దరిని చూసి కళ్ళల్లో నీళ్ళు వచ్చాయి.

కన్నీరు తుడుచుకొంటూ సంబజ్జగౌడ ముద్దుకుప్పాయితో "ఈయన సల్మా అహమ్మద్ ఫరూకీ. మనకు జీవితబిక్ష పెట్టిన మహానుభావుడు. ఇతడే లేకపోయుంటే మనకు పునఃసంగమ అవకాశమే ఉండేది కాదు. ఇదంతా ఈ మహానుభావుడి దయ" అంటూ పరిచయం చేశాడు. వెంటనే ముద్దుకుప్పాయి అతడి పాదాలకు నమస్కరించింది. ఆమె కన్నీరు అతడి పాదాలపై పడ్డాయి. ఆ శ్రీరంగనాథుడే ఈ మహానుభావుని రూపంలో తనకు సహాయ పడినట్లుగా ఆమె భావించింది.

"మహెూదయా! నాకు సోదరులు అంటూ ఎవరూ లేరు. మీరే నా సోదరులు. ఈ సోదరికి జీవితబిక్ష పెట్టారు. నేను, సంబజ్జ మీకు ఆజన్మాంతం రుణపడి ఉంటాం" అంటూ ఉద్వేగంతో చెప్పింది.

తన కాళ్ళ మీద పడిన ముద్దుకుప్పాయిని లేపుతూ "సోదరీ! అల్లాహ్ దయ మీ మీద ఉంది కాబట్టే మనం అనుకొన్నది జరిగింది. మీరు ఒకరినొకరు నిష్కల్మషంగా ప్రేమించుకొన్నారు. ఆ ప్రేమే మిమ్ములను ఒకటిగా చేసింది. అల్లాహ్ అసాధ్యాన్ని సుసాధ్యం చేస్తాడు. ప్రేమ ద్వారా చేదు అంతా తీపి అవుతుంది. రాగి అంతా బంగారం అవుతుంది. బాధ ఔషదంగా మారుతుంది. ఆ ప్రేమను ఈ ప్రపంచానికి పంచండి. చక్కని జీవితాన్ని ఆస్వాదించండి" అంటూ ఆశీర్వదించాడు. సంబజ్జగౌడ కూడా సల్మాఅహమ్మద్ ఫరూకీకు పాదాభివందనం చేశాడు.

"సోదరా! తమరు ఆనెగొందిలో మా వివాహానికి తప్పక హాజరు కావాలి. ఈ చెల్లెలిని సంబజ్జకు అప్పజెప్పే సహెూదరులు నాకు లేరు. మీరే ఆ భాద్యతను నిర్వహించాలి" అంటూ వేడుకొంది.

"అల్లాహ్! దయవలన తప్పక వస్తానమ్మ. నోరారా సోదరా! అన్నావు. నాకూ సోదరీమణులు ఎవరూ లేరు. నీవు నాకు అల్లా ప్రసాదించిన సోదరివి" అంటూ మాట ఇచ్చాడు.

మరుసటి రోజు వేకువననే అలీఆదిల్షా బహుమతిగా ఇచ్చిన పర్షియన్ గుర్రంపై సంబజ్జగౌడ, ముద్దుకుప్పాయి ఆనెగొంది వైపు బయలుదేరారు. ఇరువురి వివాహం ఆనెగొందిలో ఘనంగా జరిగింది. ఆనతి కాలంలోనే వారిరువురికీ కలిగిన గారాల పట్టికి మురిపెంగా 'వలంది' అని పేరు పెట్టుకున్నారు.

– సమాప్తం –

ఆధార గ్రంథాలు (Bibloography):

1. A Forgotten Empire - Robert Sewell

2. Sri Krishnadevarayalu - Srinivasa Reddy

3. Social and Political Life in the Vijayanagara Empire - Dr. B.A. Saletorewe

4. Vijayanagara Kaalada Vrutti Aadarita Jatigalu- Ondu Adhyayana - G. Mahesh.

5. India - A wounded Civilization - Naipal

6. ఆంధ్రుల చరిత్ర – డా. బి.ఎస్.ఎల్. హనుమంతరావు

7. రాయవాచకము – డా. సి.వి. రామచంద్రరావు, పొట్టి శ్రీరాములు తెలుగు విశ్వవిద్యాలయం

8. ఆంధ్రుల సాంఘిక చరిత్ర – సురవరం ప్రతాపరెడ్డి

9. హంపీ నుండి హరప్పా దాక – తిరుమల రామచంద్ర

10. విజయనగర చరిత్ర ఆధారాలు – ఎస్. కృష్ణస్వామి అయ్యంగార్ (ఎమెస్కో ప్రచురణ)

11. విజయనగర చరిత్ర – మరిన్ని ఆధారాలు – కె.ఎ. నీలకంఠశాస్త్రి, నేలటూరి వెంకట రమణయ్య (ఎమెస్కో ప్రచురణ)

12. శ్రీ కృష్ణదేవరాయ వైభవం – డా. డి. చంద్రశేఖర రెడ్డి (ఎమెస్కో ప్రచురణ).

13. రాయలసీమ తెలుగు శాసనాల సాంస్కృతిక అధ్యయనం– డా.ఆదినారాయణ శాస్త్రి.